READWELL'S

LEARN GUJARATI
IN A MONTH

**Easy Method of Learning Gujarati
Through English Without a Teacher**

Ishwar Datt
M.A., M.Ed.

Readwell Publications
NEW DELHI-110008

Published by :
READWELL PUBLICATIONS
B-8, Rattan Jyoti, 18, Rajendra Place
New Delhi-110 008 (INDIA)
Phone : 25737448, 25712649, 25721761
Fax : 91-11-25812385
E-mail : readwell@sify.com
newlight@vsnl.net

ISBN 81-87782-01-3

Printed at : Arya Offset Press, New Delhi.

Contents

Preface

The Gujarati language belongs to the Indo-Aryan family of languages and has words common with other languages of the group. Hindi, Sanskrit, even Urdu and Persian words abound in Gujarati. Although most of the foreign words have been modified, yet Gujarati does not make any attempt to conceal their identity. These can be easily discerned. People knowing Hindi are rather in a more advantageous position inasmuch as the Gujarati alphabets are in most parts similar to the Devanagri alphabets. Even where they have been modified in Gujarati, the basic structure is that of the Hindi alphabets.

In spite of this closeness with Hindi. we have chosen to teach Gujarati through the medium of a foreign language, English. The reason is that English, by accident of history,. has acquired the place of a link language in India, howsoever we may continue to shut our eyes to this fact of life. The English language has made such a deep dent in our national life that it alone binds the urban North with the urban South for which this book is meant.

There are authors who choose to teach a language through the medium of translation. Their method is to compile a few hundred sentences, generally spoken on various occasions, categorise them and present them to the learner in the fond belief that he needs to learn only this much. The grammar aspect of the language is ignored. To our view this method is inadequate. The learner cannot form sentences of his own because of the lack of knowledge of the rudiments of grammar. We have, therefore, chosen to teach grammar also so that the learner catches the language at the grassroots level and acquires self-confidence.

Although great care has been taken to prepare this book, yet there may be shortcomings in it. We are open to valuable suggestions and constructive criticism in our firm belief that we provide the maximum benefit to the learner.

Author & Publishers

A
Ā
i
Ī
U
Ū
Ṛ
E
AI
O
AU

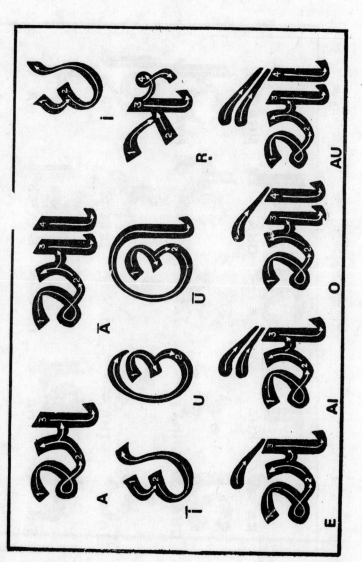

CONSONANTS

KA
KHA
GA
GHA
N̲GA
CHA
CHHA
JA
JHA
N̲YA
ṬA
ṬHA
ḌA
ḌHA
ṆA
TA
THA
DA
DHA
NA

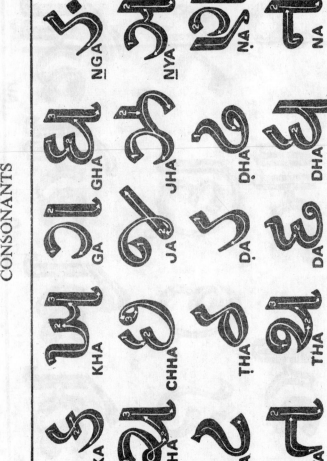

11

CONSONANTS

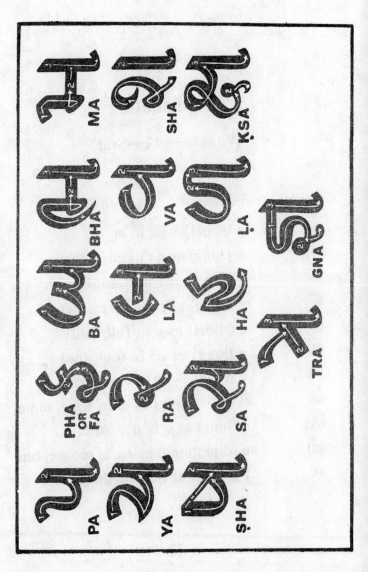

LESSON 1

Alphabets

(Vowels—સ્વર—Svar)

Gujarati	English	English sound
અ	a (short) as *a* in at
આ	a (long) as *aa* in all, father
ઇ	i (short) as *i* in it, in, lip
ઈ	ee (long) as *ee* in meet, feet
ઉ	u (short) as *u* in full, bull
ઊ	u (long) as *oo* in fool, tool
એ	e (long) as *ay* in say, lay
ઐ	ai (diphthong) as *ai* in wine, mine
ઓ	o (long) as *o* in go, cone
ઔ	au (diphthong) as *ou* in mouse, out
ઋ	r (short) as *r* in rhythm.

Identify the following vowels :—

ઈ, ઊ, ઐ, અ, ઔ, ઉ, ઇ, ઈ, ઓ, એ.

From the above we see vowels are of two kinds
in regard to their sounds—long and short. Long
vowels are to be pronounced long and short
vowels, short. Vowels have short forms too.

અ (a) is without a short form as in Hindi.

આ (aa) becomes ા in short form

ઇ	(i)	,,	િ	,,
ઈ	(ee)	,,	ી	,,
ઉ	(u)	,,	ુ	,,
ઊ	(oo)	,,	ૂ	,,
એ	(e)	,,	ે	,,
ઐ	(ai)	,,	ૈ	,,
ઓ	(o)	,,	ો	,,
ઔ	(au)	,,	ૌ	,,
ઋ	(r)	,,	ૃ	,,

LESSON 2

Consonants

(વ્યંજન—Vyanjan)

ક (ka) ખ (kha) ગ (ga) ઘ (gha) ઙ (na) ચ (cha) છ (chha) જ (ja) ઝ (jha) ઞ (na) ટ (ta) ઠ (tha) ડ (da) ઢ (dha) ણ (na) ત (ta) થ (tha) દ (da) ધ (dha) ન (na) પ (pa) ફ (pha) બ (ba) ભ (bha) મ (ma) ય (ya) ર (ra) લ (la) વ (va) શ (sa) ષ (sha) સ (sa) હ (ha) ળ (la).

The sound અ (a) is blended in every consonant sound but it is not written as such. There are, however, words in which અ is not inherent. In these cases a sign (્) called હલ્ (hal) is used. For example :

ક્ + અ = ક   ખ્ + અ = ખ

k + a = ka   kh + a = kha

14

Identify the following consonants :—

1. પ 2. ઢ 3. ગ 4. ય 5. શ 6. ન 7. ઞ
8. બ 9. હ 10. સ 11. ષ 12. ળ 13. ક 14. છ
15. ત 16. ર 17. મ 18. ઘ 19. જ 20. ઝ 21. ટ
22. વ 23. દ 24. થ 25. ખ 26. ઠ 27. ફ 28. ઙ
29. ભ 30. ચ 31. ધ 32. ણ 33. લ 34. ડ

Ans. 1. pa 2. dha 3. ga 4. ya 5. sa 6. na
7. na—palatal 8. ba 9. ha 10. sa 11. sha
12. la 13. ka 14. chha 15. ta 16. ra 17. ma
18. gha 19. ja 20. jha 21. ta 22. va 23. da
24. tha 25. kha 26. tha 27. pha 28. na—nga
=guttural 29. bha 30. cha 31. dha 32. na—
cerebral 33. la 34. da.

We will now give the consonants as they fall
in groups in regard to their sounds :

Gutturals :

ક	ખ	ગ	ઘ	ઙ
ka	kha	ga	gha	nga

Palatals :

ચ	છ	જ	ઝ	ઞ
cha	chha	ja	jha	na

Cerebrals :

ટ ઠ ડ ઢ ણ
ta tha da dha na

Dentals :

ત થ દ ધ ન
ta tha da dha na

Labials :

પ ફ બ ભ મ
pa pha (fa) ba bha ma

Semi-vowels :

ય ર લ વ
ya ra la va

Sibilants :

શ ષ સ
sha sha sa

Aspirant :

હ
ha

Cerebral :

ળ
la

More light on Pronunciation

A few consonants give more or less similar sounds, the difference being in hard or soft sound. We give examples of these consonants in order that the reader grasps them adequately.

ક, ચ, ટ, ત, પ, ય have soft sounds

ગ, જ, ડ, દ, બ, લ, સ have soft sounds

ખ, છ, ઠ, થ, ફ, ર, ષ have hard sounds

ઘ, ઝ, ઢ, ધ, ભ, વ have hard sounds

ઙ, ઞ, ણ, ન, મ have nasal sounds.

Distinction among ઙ, ઞ, ણ and ન

ઙ is a guttural and sounds like the English 'N' in words like long, Ganga, song.

ઞ is a palatala and sounds like the English 'N' in words like bunch, munch, lunch, inch.

ણ is a cerebrala. There is no such sound in English. But the letter is pronounced with the tongue folded fully.

ન is a simple dental and sounds like the English nor, near.

Other Consonant Sounds

Gujarati	English sound
ક (ka)	as in words care, kangaroo, kite
ખ (kha)	as in words khadi, khaki
ગ (ga)	as in words gulf, gala, grass
ઘ (gha)	as in words ghar, ghat
ચ (cha)	as in words cheap, charm, chalk
છ (chha)	as in words much, such (compound sound of $ch+h$)
જ (ja)	as in English words joy, enjoy etc.
ઝ (jha)	„ „ „ jheel (compound sound of j and h)
ટ (ta)	as in English words tea, tomato
ઠ (tha)	No comparable sound in English. This should be pronounced like aspirated 't' as in words like lathi
ડ (da)	as in English words like dark, doll
ઢ (dha)	compound sound of d and h. Sounds as the English word dhow, drum
ત (ta)	No similarly soft sound in English the approximate sound being 'tiara'

Gujarati	English sound
થ (tha)	compound sound of *t* and *h* uttered all at once. Similar to the English sound as in words thought, thoroughfare etc
દ (da)	as the sound in English words lik this, thou
ધ (dha)	combined sound of *d* and *h* uttered all at once. English sound like in Gandhi, dhow
પ (pa)	as in English words pot, paw
ફ (pha)	as in English words faith, fall
બ (ba)	„ „ „ bare, ball
ભ (bha)	compound sound of *b* and *h*, uttered all at once, i.e. Bharat, Bhind
મ (ma)	as in English words my, might
ય (ya)	„ „ „ year, yonder
લ (la)	„ „ „ let, lot
વ (va)	„ „ „ vast, vassel
શ (sh)	„ „ „ shatter, ship
ષ (sha)	—cerebral. It can be pronounced by

Gujarati	English sound
	curling of the tip of the tongue. No similar sound in English but approximating to 'shut'
સ (sa)	as in English words like song, sun
હ (ha)	„ „ „ „ house, hair
ળ (la)	This is also pronounced by curling up the tip of the tongue. Has no similar sound in English but approximating to hall, tell.

Besides these there are two more vowels અં (˙) and અઃ. These are called *anooswar* and *visarga* respectively.

Visarga (ઃ) is seldom used in Gujarati. However its sound is as the second of the word પુનઃ (punah = again).

The anooswar resembles in sound with (m), (ng) or (n) in English words like 'long', 'wrong' and is written as રંગ (rang—colour).

We have already discussed ઙ, ઞ, ણ, ન, મ. All these can be changed into anooswar and placed over the preceding latter. For example

રન્ગ=રંગ (rang—colour)

રઙ્ગ=રંગ „ „

પઞ્ચમ=પંચમ (pancham—fifth)

અણુ (anu—atom)

but પણ્ડિત=પંડિત (Pandit—learned man)

LESSON 3

Barakhadi

બારાખડી

Now after having learnt the vowel and conso-
nant signs and sounds separately we move on to
joining the vowel signs to the consonants. This
is called (બારાખડી) in Gujarati.

કા	કિ	કી	કુ	કૂ	કૃ	કે	કૈ
ka	ki	kee	ku	koo	kri	ke	kai

કો	કૌ	કં	કઃ
ko	kau	kam	kah

ખા	ખિ	ખી	ખુ	ખૂ	ખૃ	ખે
kha	khi	khee	khu	khoo	khri	khe

ખૈ	ખો	ખૌ	ખં	ખઃ
khai	kho	khau	khain	khah

ગા	ગિ	ગી	ગુ	ગૂ	ગૃ	ગે
ga	gi	gee	gu	goo	gri	ge

22

ગૈ	ગો	ગૌ	ગં	ગઃ		
gai	go	gau	gam	gah		
ઘા	ઘિ	ઘી	ઘુ	ઘૂ	ઘૃ	ઘે
gha	ghi	ghee	ghu	ghoo	ghri	ghe
ઘૈ	ઘો	ઘૌ	ઘં	ઘઃ		
ghai	gho	ghau	gham	ghah		
ચા	ચિ	ચી	ચુ	ચૂ	ચૃ	ચે
cha	chi	chee	chu	choo	chri	che
ચૈ	ચો	ચૌ	ચં	ચઃ		
chai	cho	chau	cham	chah		
છા	છિ	છી	છુ	છૂ	છૃ	છે
chha	chhi	chhee	chhu	chhoo	chrri	chhe
છૈ	છો	છૌ	છં	છઃ		
chhai	chho	chhau	chham	chhah		
જા	જિ	જી	જુ	જૂ	જૃ	જે
ja	ji	jee	ju	joo	jri	je
જૈ	જો	જૌ	જં	જઃ		
jai	jo	jau	jam	jah		
ઝા	ઝિ	ઝી	ઝુ	ઝૂ	ઝૃ	ઝે
jha	jhi	jhee	jhu	jhoo	jhri	jhe
ઝૈ	ઝો	ઝૌ	ઝં	ઝઃ		
jhai	jho	jhau	jham	jhah		

ટા	ટિ	ટી	ટુ	ટૂ	ટૃ	ટે	ટૈ
ta	ti	tee	tu	too	tri	te	tai

ટો	ટૌ	ટં	ટઃ
to	tau	tam	tah

ઠા	ઠિ	ઠી	ઠુ	ઠૂ	ઠૃ	ઠે	ઠૈ
tha	thi	thee	thu	thoo	thri	the	thai

ઠો	ઠૌ	ઠં	ઠઃ
tho	thau	tham	thah

ડા	ડિ	ડી	ડુ	ડૂ	ડૃ	ડે	ડૈ
da	di	dee	du	doo	dri	de	dai

ડો	ડૌ	ડં	ડઃ
do	dau	dam	dah

ઢા	ઢિ	ઢી	ઢુ	ઢૂ	ઢૃ	ઢે	ઢૈ
dha	dhi	dhee	dhu	dhoo	dhri	dhe	dhai

ઢો	ઢૌ	ઢં	ઢઃ
dho	dhau	dham	dhah

ણા	ણિ	ણી	ણુ	ણૂ	ણૃ	ણે
na	ni	nee	nu	noo	nri	ne

ણૈ	ણો	ણૌ	ણં	ણઃ
nai	no	nau	nam	nah

તા તિ તી તુ તૂ તૃ તે

ta ti tee tu too tri te

તૈ તો તૌ તં તઃ

tai to tau tam tah

થા થિ થી થુ થૂ થૃ થે

tha thi thee thu thoo thri thay

થૈ થો થૌ થં થઃ

thai tho thau tham thah

દા દિ દી દુ દૂ દૃ દે દૈ

da di dee du doo drhi de dai

દો દૌ દં દઃ

do dau dam dah

ધા ધિ ધી ધુ ધૂ ધૃ ધે

dha dhi dhee dhu dhoo dhri dhay

ધૈ ધો ધૌ ધં ધઃ

dhai dho dhau dham dhan

ના નિ ની નુ નૂ નૃ ને

na ni nee nu noo nri ne

નૈ નો નૌ નં નઃ

nai no nau nam nah

પા	પિ	પી	પુ	પૂ	પૃ	પે
pa	pi	pee	pu	poo	pri	pe
પૈ	પો	પૌ	પં	પઃ		
pai	po	pau	pam	pah		

ફા	ફિ	ફી	ફુ	ફૂ	ફૃ	ફે
pha	phi	phee	phu	phoo	phri	phe
ફૈ	ફો	ફૌ	ફં	ફઃ		
phai	pho	phau	pham	phah		

બા	બિ	બી	બુ	બૂ	બૃ	બે
ba	bi	bee	bu	boo	bri	be
બૈ	બો	બૌ	બં	બઃ		
bai	bo	bau	bam	bah		

ભા	ભિ	ભી	ભુ	ભૂ	ભૃ	ભે
bha	bhi	bhee	bhu	bhoo	bhri	bhe
ભૈ	ભો	ભૌ	ભં	ભઃ		
bhai	bho	bhau	bham	bhah		

મા	મિ	મી	મુ	મૂ	મૃ	મે
ma	mi	mee	mu	moo	mri	me
મૈ	મો	મૌ	મં	મઃ		
mai	mo	mau	mam	mah		

યા યિ યી યુ યૂ યૃ યે

ya yi yee yu yoo yri ye

યૈ યો યૌ યં યઃ

yai yo yau yam yah

રા રિ રી રુ રૂ રૃ રે રૈ

ra ri ree ru roo rri ra rai

રો રૌ રં રઃ

ro rau ram rah

લા લિ લી લુ લૂ લૃ લે

la li lee lu loo lri le

લૈ લો લૌ લં લઃ

lai lo lau lam lah

વા વિ વી વુ વૂ વૃ વે

va vi vee vu voo vri ve

વૈ વો વૌ વં વઃ

vai vo vau vam vah

શા શિ શી શુ શૂ શૃ શે

sha shi shee shu shoo shri shey

શૈ શો શૌ શં શઃ

shai sho shau sham shah

શા શિ શી શુ શૂ શૃ શે
sha shi shee shu shoo shri shey
શૈ શો શૌ શં શઃ
shai sho shau sham shah

સા સિ સી સુ સૂ સૃ સે
sa si see su soo sri se
સૈ સો સૌ સં સઃ
sai so sau sam sah

હા હિ હી હુ હૂ હૃ હે
ha hi hce hu hoo hri hey
હૈ હો હૌ હં હઃ
hai ho hau ham hah

ળા ળિ ળી ળુ ળૂ ળૃ ળે
la li lee lui loo lri le
ળૈ ળો ળૌ ળં ળઃ
lai lo lau lam lah

Exercise

Identify the following :—

જૌ ડુ ચૌ ઢી ણી ઠિ હો સૂ રા વૈ યે ભૌ લો
બી ફી ખુ ઘૌ ધે દિ.

LESSON 4

Conjunct consonants

(જોડાક્ષર—Jorakshar)

A conjunct is a combination of two or more consonants. When a conjunct is written, the first consonant is written and then pronounced half. The second consonant is pronounced fully. Conjuncts result when two or more consonants have no vowel between them and they are pronounced together. When we say that the first consonant should be pronounced half, it means that the sound of **અ (a)** is to be eliminated from this consonant.

Examples :

ખ્+ત=ખ્ત as in word વખ્ત (time)
kh+ta=khta va khta

પ્+ત=પ્ત as in word ગુપ્ત (gupta=secret)
pa+ta=pat

The consonants are divided into various groups in order to make conjuncts.

The first group is of those consonants which end in a vertical line :

ખ ગ ચ ત થ બ મ વ શ સ ન પ બ etc.

These consonants form conjunct by dropping their vertical line and attaching themselves to the succeeding consonant. For example

ન્ + મ = ન્મ

na + ma = nma

as in word નમસ્કાર (namaskar = good morning.) In this word there are two conjuncts ન્મ and સ્ક

ગ્ + ય = ગ્ય

ga + ya = gya

as in ગ્યાન (gyan = knowledge)

There is another way of making conjuncts of consonants with vertical lines. The first consonant is written in full and then a downward stroke is placed below it which shows that this consonants is to be pronounced only half. We have given this in the above examples and site here still more examples :

દ + ય = દ્ય

da + ya = dya

as in word વિદ્યા (Vidya=learning)

પ્+ત=પ્ત

pa+ta=pata

as in word ગુપ્ત (gupta=secret)

ખ્+ય=ખ્ય

kha+ya=khya

as in word ખ્યાલ (khyal=thought)

There are other consonants which do not have a vertical line ending as

ળ ટ ઠ ડ ઢ દ હ છ ઝ ફ

The conjuncts of this group are formed by writing the first consonant under which a downward stroke is placed and then writing the second consonant very close by or by writing the first and then placing the second one below it.

Examples :

ટ+ટ=ટ્+ટ =ટ્ટ or ટ્ટ (tta)

ta+ta=t+ta=tta

as in છુટ્ટી (chhutti=holiday)

દ+દ=દ્દ =દ્દ

d+da=dda dda

ટ્+ઠ=ટ્ઠ = ઠ્ઠ

t+tha=t tha t tha

જ્+ય=જ્ય

j+ya=jya

The consonant 'ર' when it is placed as a second consonant in the combination is written in a symbol fo.m (્) below the first consonant.

Examples :

પ્+ર=પ્ર as in પ્રેમ (Prem)

p+ra=pra

વ્+ર=વ્ર as in વ્રત (Vrat=fast)

v+ra=vra

ક્+ર=ક્ર as in ક્રમ (kram=system)

k+ra=kra

ખ્+ર=ખ્ર

kh+ra=khra

But when ર combines with cerebrala ટ ઠ ડ ઢ, the conjunct takes another form with ર turned into a symbol (‸) and placed below the second consonant.

Examples :

ત્ + ર = ત્ર
t + ra = tra

થ્ + ર = થ્ર
tha + ra = thra

દ્ + ર = દ્ર
d + ra = dra

ધ્ + ર = ધ્ર
dh + ra = dhra

There is yet another symbol of '**ર**'. The letter
'**ર**' when it forms the first consonant or the con-
junct, is written in its symbol ' ' ' and placed
on top of the second consonant. This symbol is
called **રેફ**=ref.

Examples :

ર્ + મ = ર્મ as in કર્મ karma (work)
r + ma = rma

ર્ + ક = ર્ક as in તર્ક
r + ka = rka   tarka (argument)

ર્ + થ = ર્થ as in અર્થ
r + tha = rth   artha (meaning)

ર્ + ય = ર્ય as in કાર્ય
r + ya = rya   karya (work)

ર્ + ગ = ર્ગ as in દુર્ગ
r+ga=rga durga (fort)

We now give examples of other combinations :

ક્ + ક is written as ક્ક in અક્કડ
k+ka (akkar=stiff)

ક્ + ષ = ક્ષ, ક્ષ as in લક્ષ
k+sha=ksha (laksha=one lakh)

ક્ + ત = ક્ત as in ભક્ત
k+ta=kta (bhakta=devotee)

ક્ + લ = ક્લ as in મુક્લ
k+la (Mukal)

ખ્ + ત = ખ્ત = વખ્ત
kha+ta khta (vakhta=time)

ખ્ + ય = ખ્ય = ખ્યાલ
kh+ya khya (khyal=thought)

ગ્ + ન = ગ્ન = મગ્ન
g+na gna (magna=cheerful)

ગ્ + ર = ગ્ર = ગ્રહ
g+ra gra (grah=planet)

ઘ્ + ન = ઘ્ન = વિઘ્ન
gh+na ghna (vighna=obstacle)

ચ્ + ચ = ચ્ચ as in કચ્ચા

ch + cha   chcha   (kachcha = unripe)

ચ્ + છ = ચ્છ as in ઇચ્છા

ch + chha   chchha   (ichcha = desire)

જ્ + ય = જ્ય as in જયંત

j + ya   jya   (jayant)

જ્ + ઞ = જ્ઞ as in જ્ઞાન

j + nya   jnya   (jnyan = knowledge)

જ્ + ર = જ્ર as in વજ્ર

j + ra   jra   (vajra = lightening)

ટ્ + ટ = ટ્ટ as in કટ્ટર

t + ta   tta   (kattar = orthodox)

ઠ્ + ઠ = ઠ્ઠ as in ચિઠ્ઠી

th + tha   (chi ththi = letter)

ત્ + ત = ત્ત as in પત્તા

t + ta   tta   (patta = leaf)

ત્ + ય = ત્ય as in ત્યાગ

t + ya   tya   (tyag = sacrifice)

ત્ + ન = ત્ન as in રત્ન

t + na   tna   (ratna = gem)

ત્ + પ = ત્પ as in ઉત્પન્ન

t + pa   tpa   (utpann = born)

ત્+ર=ત્ર as in પવિત્ર
t+ra   taa   (pavitar=pure)

દ્+ધ=દ્ધ as in બુદ્ધા
d+dha   ddha   (Buddha)

દ્+વ=દ્વ as in દ્વાર
d+dva   dva   (dwar=gate)

ધ્+ય=ધ્ય as ia ધ્યાન
dh+ya   dhya   (dhyan=meditation)

ન્+ન=ન્ન as in અન્ન
n+na   nna   (anna=grain)

ન્+ય=ન્ય as in ન્યાય
n+ya   nya   (nyaya=justice)

પ્+ય=પ્ય as in પ્યાર
p+ya   pya   (pyar=love)

ર્+ગ=ર્ગ as in દુર્ગ
r+ga   rga   (durga=fort)

ર્+થ=ર્થ as in સ્વાર્થ
r+tha   rtha   (swartha=selfishness)

ર્+ય=ર્ય as in કાર્ય
r+ya   rya   (karya=work)

વ્+ય=વ્ય as in વ્યવહાર
v+ya   vyavhar=treatment)

વ્+ર=વ્ર as in વ્રત
v+ra   vra   (vrat=fast)

શ્+ચ=શ્ચ as in નિશ્ચય
sha+cha   shcha   (nishchaya=certainty)

શ્+ન=શ્ન as in પ્રશ્ન
sh+na   shna   (prashna=question)

શ્+ર=શ્ર as in શ્રમ
sh+ra   shra   (shram=labour)

શ્+વ=શ્વ as in શ્વેત
sh+va   shva   (shvet=white)

ષ્+ટ=ષ્ટ as in કષ્ટ
sh+ta   shta   (kasht=difficulty)

સ્+ત=સ્ત as in વસ્તુ
s+ta   sta   (vastu=thing)

સ્+થ=સ્થ as in સ્વાસ્થ
s+tha   stha   (swastha=health)

સ્+ત+ર=સ્ત્ર as in વસ્ત્ર
s+ta+ra   stra   (vastra=clothes)

સ્+ન=સ્ન as in સ્નાન
s+na   sna   (snan=bath)

સ્+મ=સ્મ as in સ્મર
s+ma   sma   (smar=battle)

સ્+વ=સ્વ as in સ્વાર્થ
s+va   sva   (svarath=selfishness)

હ્+ય=હ્ય as in હ્યાત
h+ya hya (hyat=life)

Now we will discuss nasal conjuncts such as ઙ ઞ ણ ન.

ઙ્+ક=ંક as in અંક,
ng+ka ngka (angka=aank=number)
પઙ્કજ (Pankaj)

ઞ્+ચ=ંચ as in અંચલો
nj+cha njcha (anchalo=anchlo=scarf)

ણ્+ઠ=ંઠ as in કંઠ
n+tha ntha (kntha=throat)

ણ્+ડ=ંડ as in પણ્ડિત=પંડિત
n+da nda (Pandit)

ન્+ક=ંક as in પંકજ
n+ka nka (pankaj=lotus)

મ્+બ=ંબ as in મુંબઈ
m+ba mba (Mumbai=Bombay)

મ્+ભ=ંભ as in દંભ
m+bha mbha (dambh=arrogance)

LESSON 5

Word Building

શબ્દ રચના

(Shabad Rachna)

Two-letter words :

કર (kar—do)   ઘર (ghar—house)
મર (mar—die)   લડ (lar—quarrel)
નામ (nam—name)   પાણી (pani—water)
ઘોડો (ghodo—horse)   આજ (aaj—today)
અને (ane—and)   ખૂબ (khub—well)
કેરી (keri—mango)   જ્ઞાન (gyan—knowledge)
ગામ (gam—village)   દયા (daya—pity)
છોડું (chhodun—peel) પક્ષ (paksha—party)
પતિ (pati - husband) બુદ્ધિ (buddhi—knowledge)
પુત્ર (putra—son)   છત્રી (chhatri—umbrella)
નવી (navi—new)   ગીત (geet—song)

39

Three-letter words :

ગુલાબ (gulab—rose)
રકાબી (rakabi—dish)
વિદ્વાન (vidwan—learned man
વિદ્યાલય (vidyalaya—school)
માણસ (manas—man)
અમૂલ્ય (amulya—invaluable)
ચંદ્રમા (chandrama—moon)
નોકરી (naukri—job)
બાલક (balak—boy)
મિથ્યા (mithya—false)
પુસ્તક (pustak—book)
પવિત્ર (pavitra—pure)
છોકરો (chhokro—boy)
કુંભાર (kumbhar—potter)
ચશ્મા (chasma—spectacles)
મંદિર (mandir—tample)

Four-letter words :

મનોહર (manohar—beautiful), ઉપકાર (upkar—goodness), અનનાસ (annanas—pineapple), અજમાયશ (ajamayas—trial), અપવાસ (apvas—fasting), તબિયત (tabiyat—health), વિશેષણ (visheshan—adjective) etc.

Rules :

1. A two-letter word which ends in **અ (a)** should be pronounced with its **અ (a)** silent as for example the word **મર (mar)** and not mara.

2. If in a three-letter word, the last two end in **અ (a)** in that case the vowel of the last letter is dropped as for example **બાલક.** This word shall be pronounced as *balak* and not *balaka.*

Similarly if in such a word the end-vowel is other than અ (a), the second letter with an અ (a) ending should be pronounced with the અ (a) silent as for example નોકરી—*naukri* and not *naukari*.

3. In a four-letter word, the અ (a) vowel of the second letter becomes silent if it is followed by a vowel other than અ (a) as for example :

ફૂલકોબી—*phulkobi* and not *phulakobi*
(cauliflower)

LESSON 6

Sentence Building

વાક્ય રચના

(Vakiya Rachna)

સ્વતંત્ર ભારત (Swatantr Bharat—free India)

સત્ય પુસ્તક (satya pustak—real book)

મિથ્યા મિત્ર (mithya mitr—false friend)

ઉંચો પર્વત (uncho parvat—high mountain)

શુદ્ધ ખાદ્ય (shudh khadya—pure food)

મિત્ર કા ચિત્ર (mitr ka chitr—friend's picture)

પ્યારૂં મંદિર (pyarun mandir—lovely mandir)

કુદરતી નદી (kudrati nadi—natural river)

નાનું ચશ્મા (nanu chasma—small spectacle)

નવું ઘર (navun ghar—new house)

વિદ્યા અમૂલ્ય (vidya amulya—knowledge valuable)

જુના ચંપલ (juna champal—old chappal)

મારી બહેન—(mari bahen—my sister)

42

શુદ્ધ વાક્ય —(shudh vakya —correct sentence)

એકદમ સત્ય (ekdam satya—at once true)

મનોહર પદ્મ (manohar padm—beautiful lotus)

ગુજરાતી પુસ્તક (Gujarati pustak—Gujarati book)

LESSON 7

Grammar

(વ્યાકરણ)

Pronouns

(સર્વનામ—sarvnam)

singular એક વચન (ek vachan)	plural બહુ વચન (bahu vachan)
હું (hun) I	અમે (ame) we અમે લોકો (ame loko—we people—we
તું (tun) you *or* thou	તમે (tame) you
આપ (ap) you (respectfully)	તમે લોકો (tame loko—you people—you)
તે (te) he, she, it	તેઓ (teo) they તે લોકો (te loco)—they people
આ (aa) it, this	આ બધા (a badha)—these

Use in sentences

Present Tense :

1. I live in Delhi—હું દિલ્લી રહું છું.
                      (hun Dilli rahun chhun)

   I am—હું છું (hun chhun)

   We do this—અમે આ કરીએ છીએ
                      (ame a karie chhie)

   We are—અમે છીએ (ame chhie)

2. You are—તમે છો
   (*plural*)   (tame chho)

   આપ છો—(ap chho) respectfully

   You are—તું છે
   (*singular*) (tun chhe)

   તું આ કરે છે (tun a kare chhe)
   you do this—*singular*

   તમે લોક કરો છો (tame lok karo chho)
   you do—*plural*

   આપ કરો છો (ap karo chho)
   you do—respectfully—*plural*

3. તે છે (te chhe)
   he is, she is, it is
   તેઓ છે (teo chhe)
   They are

તે આ કરે છે (te a kare chhe)
He does this
તેઓ આ કરે છે (teo a kare chhe)
They do this.

To summarise we can say that in the present tense it is

હું છું (I do),	અમે છીએ (we do)
તું છે (you do),	તમે છો (you do—plural)
તે છે (he does),	તેઓ છે (they do)

Past tense :

hun hato	હું હતો (I was—*masculine*)
hun hati	હું હતી (I was—*feminine*)
ame hato	અમે હતા (We were—*masculine*)
,, (hati)	(હતી) (,, —*feminein*)
tun hato	તું હતો (You were—*singular masculine*)
tame hata	તમે હતા (You were—*plural masculine*)
,, (hati)	(હતી) ,, —*plural, feminine*
te hato	તે હતો (he was)
,,	તે હતી (she was)
te haton	તે હતું (it was—for a thing in *singular*)

teo hata તેઓ હતા (they were) *masculine*
,, hati તેઓ હતી (they were) *feminine*
,, hatan તેઓ હતાં (they were) for a thing in *plural*

Future tense :

hun thaish હું થઇશ (I shall)
ame thashun અમે થશું (we shall)
tun thaish તું થઇશ (you will) *singular*
tame thasho તમે થશો (you will) *plural*
te thashe તે થશે (he will, it will or she will)
teo thashe તેઓ થશે (they will)

Ues in past and future tenses

Where were you ? તું કયાં હતો
(tun kayan hato)

I was in the kitchen હું રસોડામાં હતી
(hun rasodaman hati)
—feminine

I was in the house હું ઘરમાં હતો
(hun gharman hato)
—masculine

We were in the house અમે ઘરમાં હતા
(ame gharman hato)

He was in the house તે ઘરમાં હતો
(te gharman hato)

She was in the house તે ઘરમાં હતી
(te gharman hati)

You were in the house તું ઘરમાં હતો
(tun gharman hato)
singular

You were in the house તે ઘરમાં હતા
(te gharman hata) *plural*

I shall do   હું કરીશ (hun karish)

We shall do અમે કરશું (ame karshoon)

I shall come tomorrow
હું કાલે આવીશ (hun kale avish)

We shall come tomorrow
અમે કાલે આવીશું (ame kale avishoon)

You will do તું કરીશ (tun kareesh) (*singular*)

You will do તમે કરશો (tame karsho) (*plural*)

You will come tomorrow
તું કાલે આવીશ (tun kale avish)—*singular*

You will come tomorrow
તમે કાલે આવશો (tame kale avsho)—*plural*

He will do   તે કરીશે (te karishe)

They will do તેઓ કરશો (teo karsho)

He will come tomorrow
તે કાલે આવશે (te kale avshe)
They will come tomorrow
તેઓ કાલે આવશો (teo kale avsho)

Rules :—

The present tense is formed by the addition of **એ** (e) to the root of the verb as **છે** (is). It changes into **ઉં** (un)=**છું** in the first person singular, into **ઇએ**=**છીએ** in the first person plural, and **ઓ** (o)= **છો** in the second person plural.

The past tense is formed by the addition of **યો** to the root of the verb as **હતો, બોલ્યો.** The **યો** ending changes into **યા** in plural **આવ્યા (came).** When there is feminine gender, **યા** changes into **ી** (**ઈ**) as **હતી.** In the case of neuter gender, **યા** changes into **ઉં.** This ending is unaffected by the change in the person.

In the case of the future tense the suffixes are added to the root of the verb as follows :

	singular	*plural*
1st person	**ઈશ**	**શું**
2nd ,,	**ઈશ**	**શો**
3rd ,,	**શે**	**શે**

There is no change in the case of feminine gender.

KINDS OF PRONOUN

There are *six* kinds of pronoun in Gujarati. They are :

1.	Personal Pronoun	પુરૂષવાચક (purushvachak)
2.	Demonstrative Pronoun	સંકેતવાચક (sanketvachak)
3.	Relative Pronoun	સંબંધવાચક (sambandhvachak)
4.	Interrogative Pronoun	પ્રશ્નવાચક (prashanvachak)
5.	Definite and Indefinite Pronoun	નિશ્ચિત અને અનિશ્ચિત (Nishchit ane anishchit)
6.	Reflexive Pronoun	સ્વવાચક (swavachak)

1. **Personal Pronoun** : We have already discussed this.

2. **Demonstrative Pronoun** (સંકેતવાચક) :

This pronoun expresses some particular things, far or near. For example :

	singular		*plural*
આ	(aa=this)	**આ બધાં**	(aa badhan=these)
તે	(te=that)	**તે બધાં**	(te badhan=those)

This is my house.
આ મારો ઘર છે. (aa maro ghar chhe)

That is his house.
તે તેનો ઘર છે. (te teno ghar chhe)

This watch is fast.
આ ઘડિયાળ આગળ છે. (aa ghadiyal agal chhe)

3. **Relative Pronoun (સંબંધવાચક (સાપેક્ષ) :**

This pronoun indicates relation of two pronouns. For example :

As you sow so shall you reap
જેવું વાવે તેવું લણે (jevun vave tevun lane)

The more you heap the worse you reap
બેડા ઉપર બેડું તો પાણિયારીને ભાર
(bera uppar berun to paniyarene bhar)

4. **Interrogative Pronoun (પ્રશ્નવાચક સર્વનામ) :**

What is this ?
આ શું છે ? (aa shun chhe ?)

What is that ?
તે શું છે ? (te shun chhe ?)
What is your name ?
તમારૂં નામ શું છે ? (tamarun nam shun chhe ?)
What do you want ?
તમારે શું જોઇએ છે ? (tamare shun joie chhe ?)
What are you doing ?
તમે શું કરો છો ? (tame shun karo chhe ?)
Who are you ? *singular*
તું કોણ છે ? (tun kaun chhe ?)
Who are you ? *plural*
તમે કોણ છો ? (tame kaun chho ?)
Who is he ?
તે કોણ છે ? (te kaun chhe ?)
Where is Ram ?
રામ કયાં છે ? (Ram kayan chhe ?)
How are you ?
તમે કેમ છો ? (tame kem chho ?)

In this pronoun generally 'કોણ' is used for persons and 'શુ" for things.

5. Definite and indefinite Pronouns
(નિશ્ચિત અને અનિશ્ચિત સર્વનામ) :

The definite pronouns are આ (this), તે (he) and the indefinite are 'કોઇક' (koik=somebody), 'દરેક' (darek=everyone), 'ફલાણું'' and 'અમુક'.

Examples :

This is my house.
આ મારૂં ઘર છે. (aa marun ghar chhe)

Where does he go ?
તે કયાં જાય છે ? (te kyan jaye chhe ?)

Somebody is standing there.
ત્યાં કોઇક ઊભું છે. (tayan koik ubbhun chhe)

Everyone can do this.
દરેક આ કામ કરી શકે છે (darek aa kam kari sake chhe)

6. Reflexive Pronoun (સ્વવાચક સર્વનામ) :

Its signs are પોતે (pote=himself), સ્વયં (soyam —myself), જાતે (jate—himself).

Examples :

He himself has come here.
તે પોતેજ અહીં આવી ગયો. (te poteja aheen avi gayo)

I will go there myself.

હું પોતે ત્યાં જઈશ. (hun pote tyan jaish)

હું સ્વયં ત્યાં જઈશ. (hun soyam tyan jaish)

I live in this house myself.

હું સ્વયં આ ઘરમાં રહું છું.

(hun soyam aa gharman rahun chhun)

You yourself will come tomorrow.

તું સ્વયં કાલે આવીશ. (tum soyam kale avish)

Exercises

Categorise the following into the proper kind of pronouns :

1. સર્વ 2. અમે 3. અમારું 4. તમે 5. ખુદ 6. તેઓ 7. કોણ 8. પોતે 9. તને 10. હરેક 11. જાતે 12. મને 13. જેવું-તેવું 14. જે-તે 15. કોઈક.

Ans. :

1. સર્વ કોઈ (sarv koi—everyone)—અનિશ્ચિત સર્વનામ
2. અમે (ame—we)—પુરૂષવાચક સર્વનામ
3. અમારું (amarun—our)—પુરૂષવાચક
4. તમે (tame—you)—પુરૂષવાચક
5. ખુદ (khud—yourself, himself, myself)—સ્વવાચક
6. તેઓ (tayo—they)—પુરૂષવાચક

7. કોણ (kaun—who)—પ્રશ્નવાચક
8. પોતે (pote—himself)—સ્વવાચક
9. તને (tane—to you)—પુરૂષવાચક
10. હરેક (harek—everyone)—અનિશ્ચિત
11. જાતે (jate—himself)—સ્વવાચક
12. મને (mane—to me)—પુરૂષવાચક
13. જવું-તે-વું (jaiyun-taiyun—he-who)—સંબંધવાચક
14. જે-તે (je-te—he-who)—સંબંધવાચક
15. કોઇક (kocik—anybody) —અનિશ્ચિતવાચક

LESSON 8

Noun

(નામ—nam)

In Gujarati, there are FIVE kinds of nouns :
They are

1.	Proper noun	સંજ્ઞાવાચક નામ (Sangyavachak Nam)
2.	Common noun	જાતિવાચક નામ (Jativachak Nam)
3.	Material noun	દ્રવ્યવાચક નામ (Dravayvachak Nam)
4.	Collective noun	સમૂહવાચક નામ (Samoohvachak Nam)
5.	Abstract noun	ભાવવાચક નામ (Bhavvachak Nam)

1. સંજ્ઞાવાચક નામ is the name of a particular person, place or thing. For example :

રામ, કૃષ્ણ, મોતી, કલકત્તા, દિલ્હી, ગંગા.

2. **જાતિવાચક નામ** is the common name of all things in the same class or kind. For example :

ગાય (gaye=cow), પુસ્તક (pustak=book),
પુરુષ (purush=man), etc.

3. **દ્રવ્યવાચક નામ** is the name of a material with which other things are made. For example :

દૂધ (dudh=milk), સોનું (sonu=gold),
પાણી (pani=water) etc.

4. **સમૂહવાચક નામ** is the name given to a number of persons, things or animals as a whole. For example :

લોક (lok=people), ઝુંડ (jhoond=crowd)
ટોળું (tolun=group=batch) etc.

5. **ભાવવાચક નામ** denotes the quality or state or action. For example :

સૌન્દર્ય (saundarya=beauty), દયા (daya=kindness), અંટસ (antas=enmity), આળસ (aalas=indolence) etc.

How to form Abstract noun :

There are three ways of forming abstract nouns from common nouns, adjectives and verbs.

1. **From common noun (જાતિવાચક નામથી) :**

પુરુષ (purush=man)—પુરુષતા (purushta=manliness)
ચેાર (chor=thief)—ચેારી (chori=theft)
છોકરા (chokra=boy)—છોકરામત (chokarmat=boyhood)
મિત્ર (mitar=friend)—મિત્રતા (mitarta=friendship)
પ્રસન્ન (prasan=happy)—પ્રસન્નતા (prasanta=happiness)

2. **From adjectives (વિશેષણથી) :**

ઉંચા (ooncha=high)—ઉંચાઈ (oonchai=height)
સુંદર (sundar=beautiful)—સુંદરતા (sundarta=beauty)
ઉદ્ધત (uddhat=rude)—ઉદ્ધતતા (uddhatta=rudeness)

3. **From verb (ક્રિયાપદથી) :**

રડવું (radvun=to cry)—રૂદન (rudan=crying)
છાપવું (chhapvun=to print)—છપાઈ (chhapai=printing)

Exercises

I. Indicate the kind of the nouns of the following :

1. વૃક્ષ (tree) 2. હિમાલય (Himalaya)
3. કૂતરેા (dog) 4. લશ્કર (army)
5. માટી (earth) 6. મેાટાઈ (fatness)
7. ઉંચાઈ (height) 8. રૂદન (crying)
9. હાસ્ય (laughter) 10. ચેાખા (rice).

Ans :

I. જાતિવાચક 2. સંજ્ઞાવાચક 3. જાતિવાચક
4. સમૂહવાચક 5. દ્રવ્યવાચક 6. ભાવવાચક
7. ભાવવાચક 8. ભાવવાચક 9. ભાવવાચક
10. chokha=rice—દ્રવ્યવાચક.

II Make abstract nouns from :

1. હસવું 2. માણસ 3. મોટું
4. જીવવું 5. તમો.

s :

1. હાસ્ય (hasya=laughter)
2. માણસાઈ (mansayee=manliness)
3. મોટાઈ (motai=greatness)
4. જીવન (juvan=life)
5. તમોગુણ (tamogun=dullness).

LESSON 9

Adjective

(વિશેષણ—Visheshan)

An adjective is a word which expresses a particular characteristic of a person or thing. For instance નાનું ઘર (nanun ghar=small house).

An adjective generally precedes the noun it qualifies સાંકડું અગાશી (sankroon agashi=narrow terrace).

There are certain rules for forming adjectives depending on the gender and number of the noun. For instance the final ઉ (u) ending of an adjective is changed into ઓ (o) when it is followed by the qualifying masculine singular noun as for example નાનું ઘર (small house) is changed into નાનો છોકરો (nano chhokro=small boy) because the qualified noun is masculine singular.

When the adjective is followed by a feminine singular noun it changes into **નાની છોકરી** (nani chhokri = small girl).

In the case of a masculine plural noun the change will be **નાના છોકરાઓ** (nana chokrao = small boys) and in the case of feminine plural, **નાની છોકરીઓ** (nani chhokrio).

If the adjective ends in **અ** inherent in the final letter, it will not change

સુન્દર ઘર (beautiful house)
સુન્દર છોકરી (beautiful girl)
સુન્દર ઘોડાઓ (beautiful horse)
સુન્દર ઘોડી (beautiful mare)
સુન્દર ઘોડીઓ (beautiful mares)

There are FOUR kinds of adjectives :

1. **ગુણવાચક વિશેષણ** (gunvachak visheshan = adjective of quality) :

An adjective which expresses the quality of a thing or person. For example :

સુંદર ફૂલ (sundar phool = beautiful flower)
લાલ પાણી (lal pani = red water)
નવી ચોપડી (navi chopdi = new book)
વાદલી ફૂલ (vadali phool = blue flower)

2. **સંખ્યાવાચક વિશેષણ** (sankhiyavachak visheshan=adjective of number) :

An adjective expressing the number of a person or thing etc.

એક માણસ (ek manas=one man)
બે ઘોડા (be ghora=two horses)
ત્રણ ગાય (tran gaye = three cows)
ચાર ફૂલ (char phool=four flowers)
પહેલો મકાન (pehlo makan=first house)
બીજો ગાય (bijo gaye=second cow)
ત્રીજું પુસ્તક (trijun pustak=third book)
ચોથું ફળ (chothun fal=fourth fruit)
પાંચમું પુસ્તક (panchmun pustak=fifth book).

3. **વિકારી વિશેષણ** (vikari visheshan=changing adjective) :

This kind of adjective goes on changing in accordance with the qualified noun, its gender etc. For instance :

small house	નાનું ઘર (nanu ghar)
small horse	નાનો ઘોડો (nanu ghoro)
small mare	નાની ઘોડી (nani ghori)

નાનું, નાનો, નાની are the changing forms of the adjective in accordance with the neuter, masuline and feminine genders respectively of the qualifying nouns.

4. **અવિકારી વિશેષણ** (avikari visheshan = un-changing adjective) :

This kind of adjective does not undergo change irrespective of the noun or gender of the qualified words. These adjectives are such which end in **અ (a)** vowel inherent in the last letter :

લાલ ફૂલ (lal phool = red flower)
લાલ ઘર (lal ghar = red house)
ગરીબ માણસ (garib manas = poor man)
ખરાબ છોકરા (kharab chhokra = bad boy)

Three degrees of Adjectives

There are three degrees of comparison :

1. Positive   (good)
2. Comparative (better—comparison between two)
3. Superlative   (best — comparison with all)

સુંદર (beautiful),   વધુ સુંદર (more beautiful) and સૌથી વધુ સુંદર (most beautiful of all).

(A) Positive :

આ ઘર સુંદર છે.

(a ghar sundar chhe = This house is beautiful).

તે માણુસ શાણો છે.

(te manas shano chhe=That man is wise)

(B) **Comparative :**

આ ઘર તે ઘરથી વધુ સુંદર છે.

(a ghar te gharthi vadhu sundar chhe= This house is more beautiful than that house)

આ માણુસ તે માણુસથી વધુ શાણો છે.

(a manas te manasthi vadhu shano chhe= This man is wiser (more wise) than that man).

(C) **Superlative :**

આ પુસ્તક સૌથી વધુ સુંદર છે.

(a pustak sauthi vadhu sundar chhe=This book is the most beautiful of all)

આ માણુસ સૌથી વધુ સારો છે.

(a manas sauthi vadhu saro chhe=This man is the best of all).

Exercises

Pick out the adjectives and state to which kind these belong :

1. મહાન માણસ 2. લાલ કપડું 3. લાલ ઘોડો 4. ચાર માણસો 5. બીજો દીકરો 6. વધુ સુંદર 7. સૌથી વધુ સુંદર.

Ans :

1. mahan manas (great man)—ગુણવાચક
2. lal kaprun (red cloth)—ગુણવાચક
3. lal ghoru (red horse)—ગુણવાચક
4. char manaso (four men)—સંખ્યાવાચક
5. bijo chhokro (second son)—સંખ્યાવાચક
6. vadhu sundar (more beautiful)—*comparative*
7. sauthi vadhu sundar (most beautiful of all)—*superlative*

Correct the following :

1. ખરાબો ઘર   2. નાનો ઘોડો
3. નાના ઘોડી   4. નાના ઘોડીઓ
5. આ છોકરો તે છોકરો સૌથી વધુ સારો છે.

Ans :

1. **ખરાબ ઘર** because the adjective will not change since it ends with **અ (a)** inherent in **બ (b)**.

2. **નાનો ઘોડો** because the qualified noun is in masculine singular.

3. **નાની ઘોડી** because the qualified noun is in feminine plural.

4. **નાની ઘોડીઓ** because the qualified noun is in feminine plural.

5. **આ છોકરો તે છોકરાથી સારો છે**—because the comparison is between two boys.

LESSON 10

Verbs

ક્રિયાપદ

(kriyapad)

A verb is a word which expresses something being done as

હું વાચું છું (hun vanchun chhun)
=I read

હું લખવું છું (hun lakhoun chhun)
=I write

હું કરવું (hun kurvun)
=I do

હું આવવું (hun avun)
=I come

હું રમું છું (hun ramun chhun)
=I play

The person of the nominative is the factor according to which the verbs are formed in Gujarati.

In the first person singular eg. **I (હું)**, the roo verb acquires ઊં as in the cases noted above. Bu it changes in the 2nd and 3rd person as below :

2nd person :

તમે રમો છો (tame ramo chho)
=you play

તમે વાંચો છો (tame vancho chho)
=you read

તમે કરો છો (tame karo chho)
=you do

તમે લખો છો (tame lahho chho)
=you write

તમે આવો છો (tame aavo chho)
=you come

3rd person :

તે રમે છે (te rame chhe)
=He plays

તે વાંચે છે (te vanche chhe)
=He reads

તે લખે છે (te lakhe chhe)
=He writes

તે કરે છે (te kare chhe)
=He does

તે આવે છે (te aave chhe)

=He comes

So the first rule for forming verbs is to follow the person of the nominative :

Ist person= હું, છું

2nd person= ઓ, છો

3rd person= એ, છે.

Other Examples :

to go=જવું —હું જાવું છું (hun javun chhun)
root=જા I go

—તમે જાવો છો (tame javo chho)
you go

—તે જાય છે (te jaye chhe)
He goes

to run=દોડવું —હું દોડવું છું (hun daurvon chhun)
root=દોડ I run

—તમે દોડવો છો (tame daurvo chho)
you run

—તે દોડે છે (te daure chhe)
He runs

to swim=તરવું—હું તરવું છું (hun tarvoon chhun)
root=તર I swim

—તમે તરવો છો (tame tarvo chho)
you swim

— તે તરે છે (te tare chhe)
He swims

to laugh=હસવું—હું હસવું છું (hun hasvun chhun)
root=હસ I laugh

—તમે હસવો છો (tame hasvo chho)
you laugh

— તે હસવે (હસે) છે (te hasve chhe)
He laughs

Similarly verbs can be formed in the present tense singular and any person.

The Gujarati verb is made of four parts :

1. **the infinitive (ધાતુપદ=dhatupad),**
2. **the root (મૂળ=mool),**
3. **the present *or* imperfect participle (વર્તમાન કૃદંત=vartman kridant),**
4. **the past perfect participle (ભૂત કૃદંત=bhoot kridant).**

ધાતુપદ is the original form of the verb always ending in વું as વાંચવું (to read), જવું (to go), કરવું (to do), દોડવું (to run), તરવું (to swim). લખવું

મૂળ is got by deleting the **વું** from the original verb as :

વાંચવું	changes into		વાંચ
જવું	,,	,,	જા
કરવું	,,	,,	કર
દોડવું	,,	,,	દોડ
તરવું	,,	,,	તર
લખવું	,,	,,	લખ

વર્તમાન કૃદંત is formed by ending **'તો'** to the root of the verb as :

વાંચ	becomes	વાંચતો
જા	,,	જાતો
કર	,,	કરતો
દોડ	,,	દોડતો
તર	,,	તરતો
લખ	,,	લખતો

ભૂત કૃદંત is formed by adding **'યો'** or **'યુ'** to the root of the verb as :

વાંચ	becomes	વાંચયો	or	વાંચયુ
જા	,,	જાયો	or	જાયુ
કર	,,	કરયો	or	કરયુ
દોડ	,,	દોડયો	or	દોડયુ
તર	,,	તરયો	or	તરયુ
લખ	,,	લખયો	or	લખયુ

Verbs are of *two* kinds :

1. **transitive (સકર્મક=sakarmak)** and
2 **intransitive (અકર્મક)**

સકર્મક ક્રિયા is a verb which does not denote complete action without the presence of an object. In other words in requires an object so to complete the sense. For example :

હું ખાવું છું=I eat—In this sentence the meaning remains incomplete inasmuch as it requires to be told eats—what ?

હું ફલ ખાવું છું (hun phal khavun chhun)
=I eat fruit

The verbs given below fall in this category :

લેવું (levun=to take)
આપવું (aapvun=to give)
કહેવું (kahevun=to tell)
પીવું (peevun=to drink)
વાંચવું (vanchvun=to read)
ખરીદવું (kharidvun=to buy)
કરવું (karvun=to do)
જાણવું (janvun=to know)
જોવું (jovun=to see)
સીવવું (seevun=to sew)
રાખવું (rakhvun=to keep)
વેચવું (vechvun=to sell)
સાંભળવું (sambhalvun=to hear)
કાપવું (kapvun=to cut)
ધોવું (dhovun=to wash)
પુછવું (poochvun=to ask)
લખવું (lakhvun=to write)

અકર્મક ક્રિયા is a verb which requires no object to give complete sense as :

હું જાવું છું (hun javun chhun)=I go.

This sentence gives complete sense without the need for an object.

The verbs given below fall in this category :

આવવું (aavun=to come)
રહેવું (rahevun=to stay)
ડરવું (darvun=to fear)
મરવું (marvun=to die)
સૂવું (soovun=to sleep)
તરવું (tarvun=to swim)
ઉઠવું (utthvun=to rise)
દોડવું (daurvun=to run)
નાચવું (nachvun=to dance)
રોવું (rovun=to cry)
હોવું (hovun=to be)
પહોંચવું (pahunchvun=to reach)
ચાલવું (chalvun=to move)
પડવું (parvun=to fall)
હસવું (hasvun=to laugh)
લટકવું (latkavun=to hang)
કૂદવું (kudvun=to jump)
ચડવું (charvun=to climb)

LESSON 11

Tenses

(કાળ—kaal)

The verb has THREE tenses—the **present** (વર્તમાન કાળ), the **past** (ભૂતકાળ) and the **future** (ભવિષ્ય કાળ).

1. Present tense (વર્તમાન કાળ) :

The present tense shows the action in the process at the moment. For example **'I go'** હું જાઉં છું.

Similarly **'I go'** in singular is turned into **'we go'** (અમે જઇએ છીએ) in plural.

Other changes in plural are as follows :

you are (*singular*) તુ છે=**you are** (*plural*) તમે છો (tame chho).

He is, she is, it is તે છે=**they are** તેઓ છે (tayo chhe).

Use in sentences :

I read this book=હું આ ચોપડી વાચું છું.
(hun a chopdi vachun chhun)

you read this book=તુ આ ચોપડી વાંચે છે
(*singular*) (tu a chopdi vanche chhe)

you read this book=તમે આ ચોપડી વાંચો છો
(*plural*) (tame a chopdi vancho chho)

he reads this book=તે આ ચોપડી વાંચે છે
(te a chopdi vanche chhe)

they read this book=તેઓ આ ચોપડી વાંચે છે
(tayo a chopdi vanche chhe)

he reads newspaper=તે સમાચારપત્ર વાંચે છે
(te samacharpatr vanche chhe)

We read newspaper=અમે સમાચારપત્ર વાંચીએ છીએ
(ame samacharpatr vanchiye chheye)

The present tense is formed by adding to the root of the verb **એ** (e). This is changed into **ઉ** (u) in first person singular. This changes into **ઇએ** (iye) in first person plural and **ઓ** (o) into second person plural.

2. Past tense (ભૂતકાળ) :

1. I was=હું હતો (*masculine*)=hun hato
2. I was=હું હતી (*feminine*)=hun hati

3. We were=અમે હતા (*plural masculine*)
ame hata

4. We were=અમે હતી (*plural feminine*)
ame hati

5. you were=તુ હતો (*singular masculine*)
tu hato

6. you were=તુ હતી (*singular feminine*)
tu hati

7. you were=તમે હતા (*plural masculine*)
tame hata

8. you were=તમે હતી (*plural feminine*)
tame hati

9. he was =તે હતો (*singular masculine*)
te hato

10. she was =તે હતી (*singular feminine*)
te hati

11. it was =તે હતું (*singular neuter*)
te haton

12. they were=તેઓ હતા (*plural masculine*)
tayo hata

13. they were=તેઓ હતાં (*plural feminine*)
tayo hatan (also *plural neuter*)

Use in sentences :

I went to Pune (*masculine*)
હું પુના ગયો (hun Puna gayo)

I went to Puna (*feminine*)
હું પુના ગઈ (hun Puna gaye)

we went to school (*masculine*)
અમે નિશાળે ગયાં (ame nishale gayan)

we went to school (*feminine*)
અમે નિશાળે ગયાં (ame nishale gayan)

you brought a book (*masculine*)
તું પુસ્તક લાવ્યો (tun pustak lavyo)

you brought a book (*feminine*)
તું પુસ્તક લાવી (tun pustak lavyee)

you brought a book (*masculine plural*)
તમે પુસ્તક લાવ્યા (tame pustak lavya)

you broght a book (*plural feminine*)
તમે પુસ્તક લાવ્યી (tame pustak lavye)

he arrived here (*masculine singular*)
તે અહીં પહોંચ્યો (te ahin pahonchyo)

તે (she) અહીં પહોંચી (te ahin pahonchi)
                                   (*feminine singular*)

તે (it) અહીં પહોંચ્યું (te ahin pahonchyun)
                                   (*neuter singular*)

they went to Delhi (*masculine plural*)
તેઓ દિલ્હી ગયા (tayo Dilhi gaya)
તેઓ દિલ્હી ગયાં (tayo Dilhi gayan)—(*feminine plural*)

The past tense is formed by the addition to the root of the verb of

+યો in masculine singular. In plural the addition in made with યા in place of યો.

In the feminine gender the change is made with ઈ and in the neuter gender with ઉ. The change is not made according to the person.

3. Future tense (ભવિષ્ય કાળ) :

I shall—હું થઈશ (hun thaish)

we shall—અમે થશું (ame thashun)

you will—તું થઈશ (tun thaish) *masculine singular*

you will—તમે થશો (tame thasho) *masculine plural*

you will be—તું હોઈશ (tun hoish) *singular*

" —તમે હશો (tame hasho) *plural*

he will/she shall/it shall—તે થશો (te thasho)

they will—તેઓ થશે (tayo thashe)

Use in sentences :

I shall do—હું કરીશ (hun karish)

we will do—અમે કરશું (ame karshun)

you will do—તું કરીશ (tun karish) *singular*

you will do—તમે કરશો (tame karsho) *plural*

he will do—તે કરશે (te karshe)

they will do—તેઓ કરશો (tayo karsho)

they will be—તેઓ હશે (tayo hashe)

I shall go to school tomorrow

હું કાલે નિશાળે જઈશ (hun kale nishale jaish)

Or

આવતી કાલે હું નિશાળે જઈશ (avti kale hun nishale jaish)

I shall come here tomorrow

હું કાલે અહીં આવીશ (hun kale ahin avish)

Or

આવતી કાલે હું અહીં આવીશ (avti kale hun ahin avish)

we will come here tomorrow

અમે કાલે અહીં આવશું (ame kale ahin avshun)

we will learn Gujarati

અમે ગુજરાતી શીખીશું (ame Gujarati shikishun)

you will learn Gujarati (*singular*)

તુ ગુજરાતી શીખીશ (tun Gujarati shikheesh)

(*singular*)

તમે ગુજરાતી શીખશો (tame Gujarati shikhsho) (*plural*)

he will go soon
તે જલ્દી જશે (te jaldi jashe)

he will come soon
તે જલ્દી આવશે (te jaldi avshe)

they will come here soon
તેઓ અહીં જલ્દી આવશે (tayo ahin jaldi avsho)

they will go there soon
તેઓ ત્યાં જલ્દી જશે (tayo tayan jaldi jashe)

The rule for forming the future tense is to add to the root of the verb ઇશ in the first peron singular ; શું in the first person plural ; ઇશ in the second person singular ; શો in the second person plural, શે in the third person singular and શો in the third person plural. There is no change in the case of the feminine gender.

Negatives

(નિષેધકો—nishedhko)

Now we will turn to forming negative sentences or use 'no' and 'not' in our sentences. The adverb નહીં or નહિ can be put before or after the verb.

ના or ન=no or not. નથી is the negative form
of છે (is).

Examples :

I will not go.
હું જઈશ નહીં. (hun jaish nahin)

I shall not speak with you
હું તમારી સાથે વાત કરીશ નહિ
(hun tamari sathe vat karishe nahin)

I cannot walk more
મારાથી ચલાતું નથી
(marathi chalatun nathin)

You do not come
તમે ન આવો (tame na aavo)

You will not do
તમે ન કરશો. (tame na karsho)

This work will not be done by you
તમારાથી આ કામ થશે નહિ
(tamarathi a kam thashe nahin)

Don't do this work
આ કામ ન કરો (a kam na karo)

He did not come
તે નથી આવ્યો (te nathi aviyo)

Verbs Further Divided

The present tense is of *three* kinds in Gujarati :

I. **Present indefinite—સામાન્ય વર્તમાન (samanya vartman) :**

When we simply say **I go (હું જાઉં છું)** or **he does (તે કરે છે)**, it is called *present indefinite* because the action is in the present time but not definite time.

II. **Present continuous—તાત્કાલિક વર્તમાન (tatkalik vartman) :**

When the action is shown as in progress at the moment it is called તાત્કાલિક વર્તમાન

For example :

I am eating.
હું ખાઈ રહ્યો છું (hun khai rahiyo chhun)

I am going.
હું જઈ રહ્યો છું (hun jayi rahiyo chhun)

You are coming.
તું આવી રહ્યો છે (tun avi rahiyo chhe)

He is coming.
તે આવી રહ્યો છે (te avi rahiyo chhe)

III. **Present perfect**—પૂર્ણ વર્તમાન (pooran vart-
man) :

When the action is shown to have completed
at the moment, it is called પૂર્ણ વર્તમાન

For example :

I have read this book.
મેં આ ચોપડી (પુસ્તક) વાંચી લીધી છે
(main a pustak vanchi leedhi chhe)
I have met him today.
હું આજે તેને મળ્યો છું. (hun aaje tene malio chhun)
You have been to Delhi.
તમે દિલ્હી જઈ આવ્યા છો (tame Dilli jaye aviya chho)
She has gone there.
તે ત્યાં ગઈ છે (te tayan gayee chhe)

The past tense in Gujarati is also of *three*
kinds :

I. **Past imperfect tense**—સામાન્ય ભૂતકાળ (sama-
nya bhootkal) :

When the action is shown as have occurred in
the past indefinite time. For example :

He wrote.
તેણે લખ્યું (tene lakhyun)

1 laughed.

હું હસ્યો (hun hasyo)

We laughed.

અમે હસ્યા (ame hasya)

II. Present perfect tense (પૂર્ણ વર્તમાન *or* આસન્ન ભૂતકાળ) :

We have already discussed this. Here are a few more examples :

I have eaten a mango.

મેં એક કેરી ખાધી છે (main ek keri khadhi chhe).

I have laughed.

હું હસ્યો છું (hun hasyo chhoon)

I have come just now.

હું હમણાંજ આવ્યો છું. (hun hamranj aavyo chhun)

III. Past perfect tense—પૂર્ણ ભૂતકાળ (poorn bhootkal) :

I had met him.

હું તેને મળ્યો હતો (hun tene malyo hato)

I had laughed.

હું હસ્યો હતો (hun hasyo hato)

Where were you going yesterday ?

તમે કાલે ક્યાં જઈ રહ્યા હતા ?

(tame kale kayan jayi rahiya hata ?)

He had gone to Bombay.

તે મુંબઈ ગયો હતો (te Mumbhai gayo hato)

Father had come.

બાપુજી આવ્યા હતા (Bapuji aavya hata)

Mother had gone.

બા ગઈ હતી (ba gai hati)

LESSON 12

Cases

(કારક—karak)

A case is the relation of a noun or pronoun to the verb. In Gujarati there are eight cases which are expressed through their respective post-positions or case-endings.

The *two* cases—**nominative** and **vocative**—have no case-ending. These and others are dealt with as follows :

I. **Nominative case** (કર્તા કારક—પહેલી વિભક્તિ —**karta karak-pehli vibhakti**) : case form —o, એ

This case expresses the doer of the action. For example :

The cow grazes in the field.

ગાય મેદાનમાં ચરે છે

(gaay maidanman chare chhe)

I read the book.
હું પુસ્તક વાંચું છું (hun pustak vachun chhun)

In the above two sentences, ગાય and હું are nominatives to the verb ચરે છે and વાંચું છું. These nominatives are without case-endings. But in the case of transitive verbs, the post-position 'એ' is used after the nominatives and in that case, the verb is formed in accordance with the number and gender of its object. For example :

Ram had bought a book.
રામે પુસ્તક ખરીદી. (Rame pustak kharidi)

Ram asked for one book.
રામે એક પુસ્તક માગી (Rame ek pustak magi)

He wore.
તેણે લખ્યું. (tene lakhyun)

Other Examples of the Case :

This man is good.
આ મનુષ્ય સારો છે (a manush saro chhe)

Gopal took his meals.
ગોપાળે ભોજન કર્યું (Gopale bhojan karyun)

Gopal opens the door.
ગોપાળે દરવાજો ઉઘાડે છે (Gopale ḍarvaje ughaḍe chhe)

II. Objective case (કર્મ કારક-દ્વિતિયા વિભક્તિ—karam karak-divtya vibhakti) : case form —o, ને

The objective case with a case-ending sign ને (to) expresses the object of the transitive verb. For example :

See this boy.
આ છોકરોને જુઓ (a chhokrone juo)

but He eats banana.
તે કેળું ખાય છે (te kalun khai chhe)

Note the difference between the two above sentences. The objective case-ending ને is not used in the case of inanimate objects. It is always used with the names of things or places.

Other Examples

Take me to the school.
મને નિશાળે લઈ જાઓ (mane nishale lai jao)

Bring that pen here.
તે કલમ અહીં લાવો (te kalam ahin lavo)

You had called me.
તમે મને બોલાવ્યો હતો (tame mane bolavyo hato)

In certain cases, the case-ending '**ને**' is used with inanimate objects.

(*a*) It is used in the sense of '*should*' :

You should do that work.
તમારે તે કામ(ને) કરવું જોઇએ
(tamare te kam(ne) karvun joiye)

(*b*) It is used in the sense of gain or loss :

Ram has got a pen on Diwali.
રામને દિવાળીમાં એક કલમ મળી
(Ram ne Diwaliman ek kalam mali)

(*c*) It is used when some feeling is to be expressed :

What had happened to you ?
તમને શું થયું હતું ?   (tamne shun thayun hatun ?)

How are you feeling now ?
હવે તમને કેમ છે ? (hawe tamne kem chhe ?)

Now I am feeling all right.
હવે મને સારું છે (hawe mane sarun chhe)

III. Instrumental case (કરણ કારક–karan karak) :

This case denotes the action with some instrument. Its signs are **by (થી), with (સાથે), with (વડે)**. For example ;

Write with this pen.
આ કલમથી લખો (a kalamthi lakho)

Beat the snake with the stick.
આ લાકડીથી સાંપને મારો
(a lakrinthi saanpne maro)

I see with my eyes.
હું મારી આંખો વડે જોઉં છું
(hun mari ankho vare jaioon chhun)

Eat rice and dal with spoon.
દાળ અને ભાત ખાઓ સાથે ચમચ
(dal ane bhat khao sathe chamach)

I shall not speak with you.
હું તમારી સાથે વાત કરીશ નહિ
(hun tamari sathe bat karish nahin)

Two more boys were with me.
મારી સાથે બીજાં બે બાળકો હતાં
(mari saath beejan be balko hatan)

Come to house with Sham.
શામ સાથે ઘરે આવો
(Sham sathe ghare avo)

Go slowly.
ધીરેથી જાઓ
(dhirthi jaiya)

IV Dative case (સંપ્રદાન કારક—sampradan karak):

This case expresses the person or thing for which work is done. Its signs are :

ને (to) ; માટે (for)=mate

Examples :

Give this rupee to the beggar.
ભિખારીને આ રૂપિયા આપો
(bhikarine a rupiya apo)

Give this book to Ram.
રામને આ પુસ્તક આપો
(Ramne a pustak apo)

I come here for this.
આ માટે હું અહીં આવ્યો
(a mate hun ahin avyo)

This book is for Sham.
આ પુસ્તક શ્યામ માટે છે
(a pustak Sham mate chhe)

Bring water for the horse.
ઘોડા માટે પાણી લાવો
(ghora mate pani lavo)

Or

ઘોડાનું પાણી લાવો
(ghoranu pani lavo)

Note : ઘોડો+માટે becomes **ઘોડા માટે**
ઘોડો+નું ,, ઘોડાનું

The **ઓ (o)** of masculine changes into **આ (a).**

V Ablative case (અપાદાન કારક—apadan karak) :

This case expresses separation of one thing from another or comparison of one thing with another. Its post-position signs are **થી (from, since, than etc.)** *or* **માંથી (manthi).**

For example :

Tears came from the eyes.
આંખોમાંથી આંસુ નીકળ્યા
(ankhomanthi aansu neeklya)

Leaves fall from the trees.
વૃક્ષાપરથી પાંદડાં પડે છે
(vrikhuperthi padna pare chhe)

I came from Delhi.
હું દિલ્હીથી આવ્યો
(hun dillithi aviyo)

Balram was elder than Krishan.
બલરામ કૃષ્ણથી મોટા હતા
(Balram Krisuntheen mota hata)

He has been idle for five days.
તે પાંચ દિવસથી એદી છે
(te panch divasthi aidi chhe)

VI Possessive case (સંબંધકારક—sambandh karak):

This case denotes the possessor of something. Its post-positions signs change with the person. In the fitst and second person, these are રા, રો, રી but in the third person these change into નો, ના, ની, નું all meaning **'of'**

Similarly the sign also changes in accordance with the gender and number. The various examples are as follows :

Sham's son =શામનો દીકરો
(mas, sing, 3rd person)

Sham's sons =શામનાં દીકરા
(mas, pl, 3rd person)

Sham's daughter =શામની દીકરી
(fem, sing, 3rd person)

Sham's daughters =શામની દીકરીઓ
(fem, pl, 3rd person)

My one son =મારો એક છોકરો
(mas, sing, 1st person)

My four sons =મારા ચાર છોકરાં
(mas, pl, 1st person)

My one brother =મારો એક ભાઇ
(mas, sing, 1st person)

My four brothers =મારા ચાર ભાઈઓ
(*mas, pl, 1st person*)

My sister =મારી બહેન
(*fem, sing, 1st person*)

My sisters =મારી બહેનો
(*fem, pl, 1st person*)

The second person also follows the pattern of the first person.

'નો' is used when the noun following is masculine singular; **'ના'** is used when the noun following is masculine plural ; **'ની'** is used when the noun following is feminine singular or plural.

'ની' is also used before such words as **અંદર** (in), **બહાર** (out), **સામે** (in front of), **પાછળ** (behind), **ઉપર** (above, on), **નીચે** (below), **વચ્ચે** (in between), **નજીક** (near), **આગળ** (before) etc.

For example :

inside the room =ઓરડાની અંદર
(ordani andar)

outside the house =ઘરની બહાર
(gharni bahar)

in front of house =ઘરની સામે
(gharni same)

behind the house =ઘરની પાછળ
(gharni pachhal)

beneath the sky =આકાશની નીચે
(akashni neeche)

above (on) the tree =વૃક્ષનાં (ઝાડનાં) ઉપર
varikhna (jharna) upar

under (below) the sky=આકાશની નીચે
(akashni neeche)

between the two =બેની વચ્ચે
(beni vache)

near the house =ઘરની નજીક
(gharni najuk)

before the house =ઘરની આગળ
(gharni aagal)

after you =તમારી પાછળ
(tamari pachhal)

'નુ' is used when the noun following is neuter singular. For example :

Sham's house
શામનું ઘર (shamnu ghar)

iron table
લેાઢાનું ટેબલ (lodhanu table)

The use of 'ના' is also made to express relation in plural :

Sham's two brothers
શામના બે ભાઈ (shamna be bhai)

Sham's parents

શામના માતા-પિતા (shamna matapita)

VII Locative case (અધિકરણ કારક—adhikaran karak) :

This case expresses the time or place of the action. Its case-ending or post-position signs are માં (in), ઉપર (on) *or* પર (on).

I live in this house.

હું આ ઘરમાં રહું છું

(hun a gharman rahun chhun)

You live in this house.

તું આ ઘરમાં રહે છે

(tun a gharman rahe chhe)

Sit on the chair.

ખુરશી પર બેસો (khurshi par beso)

Climb up the tree.

વૃક્ષ ઉપર ચઢો (varikh uper charho)

These days vegetables are cheap.

આજકાલ શાક સસ્તું છે

(ajkal shak sastun chhe)

Fruits are in the basket.

ટોપલીમાં ફળ છે

(topliman phal chhe)

I sit on the horse.
હું ઘોડા પર બેસું છું
(hun ghora par besun chhun)

VIII Vocative case (સંબોધન કારક—sambodhan karak) :

This case expresses the person addressed to and its signs are **હે, અરે** etc. which are placed before the noun addressed. For example :

Oh sham ! come here soon.
હે શામ ! તમે અહીં જલ્દી આવો
(hey Sham ! tame ahin jaldi avo)

Ah ! that poor died.
અરે તે બિચારો મરી ગયો
(are ! te bicharo mari gayo)

Oh God ! be merciful to me.
હે ભગવાન ! દયા કરો
(hays Bhagwan ! daya karo)

Exercises

Write down the case-endings in the following :

1. શાન્તિ— બેસો
2. સુધા— પૂછો
3. રાગ— પુસ્તક આપો

4. પત્ર સરલા —છે
5. તમારા— હું શું કરી શકું ?
6. આ માણસ— દીકરીઓ
7. -- બચ્ચો ! તમે શું કરી રહ્યો છો ?
8. રામ — ધરો
9. મેદાન — હું રમું છું
10. વૃક્ષોપર— ફૂલ પડે છે
11. મારા— ચલાતું ન—
12. આ કેરી— કાપો
13. શામ — પ્રેમ— બોલાવ્યા
14. શામ — દીકરો
15. મા— બહેનો ; મોહન— દીકરી

Ans :

1. શાન્તિથી બેસો =*Instrumental*
   (shantithi beso)
   Sit quietly
2. સુધાને પુછો =*Objective*
   (Sudhane poocho)
   Ask Sudha
3. રામને પુસ્તક આપો =*Dative*
   (Ramne pustak aapo)
   Give the book to Ram

4. પત્ર સરલા માટે છે   =*Dative*
   (Patr Sarla mate chhe)
   The letter is for Sarla

5. તમારા માટે હું શું કરી શકું ?   =*Dative*
   (tamara mate hun shun kari shakun ?)
   What more can I do for you?

6. આ માણસની દીકરીઓ   =*Possessive*
   (a manasne dikrio)
   This man's daughters

7. હે બચ્ચાં ! તમે શું કરી રહ્યો છો ?   =*Vocative*
   (hey bachon ! tame shun kari rahiyo chho)
   O boys ! what are you doing ?

8. રામના ઘરો   =*Possessive*
   (Ramna gharo)
   Ram's houses

9. મેદાનમાં હું રમું છું   =*Locative*
   (maidanman hun rammoon chhoon)
   I play in the ground

10. વૃક્ષોપરથી ફળ પડે છે   =*Ablative*
    (vrikhoparthi phal pare chhe)
    Fruits falls from the trees

11. મારાથી ચલાતું નથી   =*Instrumental*
    (marathi chalatun nathi)
    I cannot walk more

12. આ કેરી કાપો   =*Objective*
    (a keri kapo)
    Cut this mango

(The sign **ને** of the objective case is not used with inanimate things generally)

13. રામને પ્રેમથી બોલાવ્યો   =*Instrumental*
    (Ramne premthi bolaviyo)
    He called Ram with love

14. શામનો દીકરો   =*Possessive*
    (Shamno deekro)
    Sham's sons

15. મારી બહેનો   "
    (mari baheno)
    My sisters

    મોહનની દીકરી   "
    (Mohanni dikri)
    Mohan's daughter.

LESSON 13

Adverb

ક્રિયા વિશેષણ
(kriya visheshan)

Words which qualify verbs are called adverbs as for example :

I go there

હું ત્યાં જાઉં છું (hun tayan javuo chhun)

In this sentence **there (ત્યાં)** is adverb because it qualifies the verb **go.** Adverbs never change their form irrespective of the change of form in verbs, or nouns etc. Therefore they are called **indeclinables—અવ્યય (avyaya).**

Adverbs are of various kinds :—

1. Adverb of **time**
2. Adverb of **place**
3. Adverb of **quantity**
4. Adverb of **negation** and **affirmation.**

The following are the adverbs in each category :

1. Adverb of time (કાલવાચક ક્રિયા વિશેષણ) :

everyday	=પ્રતિદિન (pratidin)
always	=સદા (sada), હમેશા (hamesha)
now-a-days	=આજકાલ (ajkal)
ever	=કયારેક (kayarek)
now	=અત્યારે (atyare)
when	=જયારે (jyare), કયારે (kyare)
then	=ત્યારે (tayare)
tomorrow	=આવતી કાલે or કાલ (avti kale or kal)
at that time	=ત્યારે જ (tyare je)
whenever	=જયારે પણ (jayare pan)
immediately	=તરત (tarat)
again	=પુન: (punah)
	=ફરીને (farine)
soon	=શીઘ્ર (sheeghar)
lifelong	=આજન્મ (ajanam)
yet/still	=હજુ (haju)
sometimes	=કોઇ કોઇ વાર (koi koi var)
quickly	=જલ્દી (jaldi), ઝટપટ (jhatpat)

2. Adverbs of place (સ્થાનવાચક) :

where	=ક્યાં (kayan), જ્યાં (jayan)
there	=ત્યાં (tayan), તહીં (tahin)
here	=અહીં (ahin)
up	=ઉપર (upar)
below	=નીચે (neeche)
outside	=બહાર (bahar)
inside	=અંદર (andar)
this side	=આ તરફ (a taraf)
that side	=તે તરફ (te taraf)
near	=નજદીક (najdik)
near about	=આસ પાસ (aas pass)
far	=દૂર (door)
in front of	=આગળ (agal)
to and fro	=આમ તેમ (aam tame)
which side	=કઈ તરફ (koi taraf)
on all sides	=ચારે તરફ (chare taraf)
on the left	=ડાબી તરફ (dabi taraf)
on the right	=જમણી તરફ (jamni taraf)
everywhere	=સર્વત્ર (sarvatar)
beyond	=પરે-ઉપર (pare-upar)
up to this	=અહીં સુધી (ahin sudhi)
up to that	=ત્યાં સુધી (tayan sudhi)
up to which	=જ્યાં સુધી (jayan sudhi)
up to what	=ક્યાં સુધી (kayan sudhi)

3. Adverbs of quantity (પરિમાણવાચક) :

more	=અધિક (adhik), વધારે (vadhare)
a little	=થોડા (thoda)
some	=કેટલાક (ketlak)
very	=અતિ (ati)
this much	=આટલું (atlun)
that much	=તેટલું (tetlun)
how much	=કેટલું (ketlun)
as much	=જેટલું (jetlun)
much, very	=ઘણું (ghanu)
enough	=પૂરતું (purtun)
nearly	=લગભગ (lagbhag)
entire	=બિલકુલ (bilkul)
in turn	=વારા પ્રમાણે (vara pramane)

4. Adverbs of negation and affirmation (નિષેધવાચક અને સ્વીકૃતિવાચક) :

indeed	=સાચેજ (sachej)
no	=નહીં (nahin)
certainly	=નિઃશંક (nishank)
not at all	=જરા પણ નહિ (jara pan nahin)
surely	=જરૂર (jarur)
undoubtedly, must	=અવશ્ય (avashya), બેશક (beshak)
yes	=હા (ha)

□

LESSON 14

Prepositions

(સંબંધસૂચક)

Prepositions are words which denote the relation between the noun or pronoun (objective case) and the other word. Prepositions never change and, therefore, they are called indeclinable. These are used in Gujarati not before the nouns (as in English), but after the nouns (as in Hindi) and hence they should most appropriately be called post-positions. For example 'inside the room' is 'ઓરડા અંદર' (orra andar) in Gujarati.

Gujarati post-positions are generally preceded by ના, ની, માં and થી and are called case-endings. For example :

to = ને (ne)
for = ને માટે (ne mate)
in = માં (man)

from = થી (thi)

of = ના,નું, ની, નો *depending upon gender and number*

to you	—તમને (tamne)
to me	—મને (mane)
for him	—તેને માટે (tene mate)
inside house	—ઘરમાં (gharman)
from Sham	—શામથી (Shamthi)
Ram's sons	—રામનો દીકરો (Ramno dikro)
earthen house	—માટીનું ઘર (matinu ghar)

The following prepositions are used after **'ની'**:

ની બાજુ (near)	—ખેતરની બાજુ (khetarni baju=near the field)
ની નીચે (under)	—આકાશની નીચે (akashni neeche=under the sky)
ની મારફત (through)	—રામની મારફત (Ramni marfat=through Ram)
ની ઉપર (above/on)	—હાથની ઉપર (hathni upar=on the hand)

ની સાથે (with)	—ચાની સાથે (chani sathe=with tea)
ની તરફ (towards)	—તેની તરફ (teni taraf=towards him)
ની આગળ (in front of)	—ઘરની આગળ (gharni agal=in front of house)
ની બાબત (regarding)	—મોહનની બાબતમાં (Mohanni babatman= regarding Mohan)
ની વચમાં (between)	—આંખોની વચમાં (ankhoonni vachman= between the eyes)
ની જગ્યા (in place of)	—તેની જગ્યામાં (teni jagyaman=in his place)
ની બરોબર (equal to)	— તેની બરોબર (teni barobar =equal to him)
ની અપેક્ષા (than)	—સુધાની અપેક્ષા (Sudhani apekhya=than Sudha)

The following prepositions are used after '**ના**' :

ના પછી (after) — રવિવાર (ના) પછી
(Ravivar (na) pachhi = after Sunday)

ના અનુસાર (according to) — તેમના ઉપદેશ અનુસાર
(temana updesh anusar = according to his advice)

ના વગર (besides) — તેના વગર
(tena vagar = besides him)

Use of for '**માટે**' and other post-positions :

માટે (for) — શામ માટે
(Sham mate = for Sham)

બહાર (outside) — ઘર બહાર
(ghar bahar = outside house)

અંદર (inside) — ઘરની અંદર
(gharni andar = inside house)

પાછળ (behind) — ઘરની પાછળ
(gharni pachhal = behind the house)

સરખા (like) — રામ સરખા
(Ram sarkha = like Ram)

સાથે (with)	—મૂર્ખની સાથે (murakhni sathe = with fools)
વિરુદ્ધ (against)	—તેમની આજ્ઞા વિરુદ્ધ (temni agiya virudh= against your order)
વિના (except)	—તમારા વિના (tamara vina=except you)

LESSON I5

Conjunctions

સમુચ્ચય બોધક

(samuchay bodhak)

Words which join two or more words of the same part of speech are called conjunctions. For example in 'Ram and Gopal', the word **'and'** **(અને)** (રામ અને ગોપાલ) is a conjunction.

અને (ane)	—and
અથવા (athva)	—or, કે (ke) or that
પણ (pan)	—also, but
તેથી (tethi)	—so that
નહિ તો (nahito)	—otherwise
કેમ કે (kem ke)	—because
or	
કારણ કે (karan ke)	—because
જેકે (jeke)	—through
જોતો (joto)	—of then
પરંતુ (parantu)	—but

Use in sentences :

અને (and) —Ram and Sham come
રામ અને શામ આવ્યા
(Ram ane Sham aviya)

અથવા (or) —Bring this or that book
આ અથવા તે પુસ્તક લાવો
(a athva te pustak lavo)

કે (or that) — milk or water
દૂધ કે પાણી (dudh ke pani)

પણ (also) —I also went there
હું પણ ત્યાં ગયો
(hun pan tayan gyo)

તેથી (so that) —He went so that you come (*plural*)
તે ગયો તેથી તમે આવો છો
(te gayo tethi tame avo chho)

નહિ તો (otherwise) —Come with me otherwise I will not tell you
સાથે ચાલો, નહિ તો હું નહીં કહીશ
(sathe chalo nahin to hun nahin kahish)

કેમ કે or કારણ કે (because) —He ran fast because I was ill

તે ખૂબ દોડ્યો કારણ કે હું બિમાર હતો
(te khub doriyo karanke hun bimar hato)

જેકે (though) —He ran fast though he was ill
તે ખૂબ દોડ્યો જે કે તે બિમાર હતો
(te khub doriyo jeke te bimar hato

પરંતુ (but) —It is near but he did not come here
તે પાસે છે, પરંતુ તે અહીં નથી આવ્યો
(te pase chhe parnto te ahin nathi aviyo)

LESSON 16

Interjections

(વિસ્મયાદિ બોધક—vismayadi bodhak)

Words which express sudden outbrust of some feeling such as **sorrow, grief, anger, praise, fear, joy** etc. are called interjections.

For example :

Ah ! he died.
અરે તે મરી ગયો (are ! te mari gayo)

Alas ! I came to live in his place.
હાય ! તેની જગ્યામાં હું રહેવા આવ્યો
(Hai ! teni jagyaman hun raheva aviyo)

Hurrah ! We have won.
અહાહા ! અમે જીત્યા (ahaha ! ame jitya)

O God ! I surrender to You (Thou).
હે ભગવાન ! હું તારી શરણમાં આવું છું
(hai Bhagwan! hun tari sharanman avoon chhun)

How beautiful !
કેવું સુંદર ! (kevun sundar)

LESSON 17

Interrogatory Sentences

(પ્રશ્નવાચક વાક્યો—prashanvachak vakyo)

1. What is your name ?
   તમારું નામ શું છે ?
   (tamarun nam snun chhe)

2. What is his name ?
   તેનું નામ શું છે ?
   (tenu nam shun chhe)

3. What is this ?
   આ શું છે ?
   (a shun chhe)

4. What is that ?
   તે શું છે ?
   (te shun chhe)

5. What are you doing ?
   તમે શું કરો છો ?
   (tame shun karo chho)

114

6. Who are you (thou) ?

તમે કોણ છો ?

(tame kaon chho)

7. Who had gone there ?

ત્યાં કોણ ગયું હતું ?

(tayan kaun gayun hatun)

8. Who is he ?   Who is this boy ?

તે કોણ છે ?   આ છોકરો કોણ છે ?

(te kaon chhe)   (a chhokro kaon chhe)

9. Who lives there ?

ત્યાં કોણ રહે છે ?

(tayan kaun rahe chhe)

10. Who lives in this house ?

આ ઘરમાં કોણ રહે છે ?

(a gharman kaun rahe chhe)

11. Where is Sham ?

શામ ક્યાં છે ?

(Sham kayan chhe)

12. Whose house is that ?

તે ઘર કોનું છે ?

(te ghar konu chhe)

13 How are you (thou) ?

તુ કેમ છે ?

(tu kem chhe)

14. How are you ? (*plural*)
તમે કેમ છો ?
(tame kem chho)

15. Where are you living now ?
હવે તમે ક્યાં રહો છો ?
(hawe tame kayan raho chho)

16. Why do (you) come here ?
અહીં શા માટે આવ્યા ?
(ahin sha mate avya)

17. How much water is there ?
ત્યાં કેટલું પાણી છે ?
(tayan ketlun pani chhe)

18. How are you feeling now ?
હવે તમને કેમ છે ?
(hawe 'amne kem chhe)

19. Where is my book ?
મારી પુસ્તક ક્યાં છે ?
(mari pustak kayan chhe)

20. Where are you going ?
તમે ક્યાં જાવો છો ?
(tame kayan javo chho)

21. When will they come ?
તેઓ ક્યારે આવશે ?
(tayo kayare avshe)

22. What is your father's name ?
તમારા પિતાજીનું નામ શું છે ?
(tamara pitajınu nam shun chhe)

23. Who are sitting there ?
ત્યાં કેાણુ કેાણુ બેઠા છે ?
(tayan kaun kaun betha chhe)

24. Where do you go ? (*plural*)
તમે કયાં જાઓ છો ?
(tame kayan javo chho)

25. What do you do ?
તુ શું કરે છે ?
(tu shun kare chhe)

26. Where have they gone ?
આ બધા કયાં ગયા છે ?
(a badha kayan gaya chhe)

27. What do you want ?
તમારે શું જોઇએ છે ?
(tamare shun joie chhc)

28. Where does he go ?
તે કયાં જાય છે ?
(te kayan jay chhe)

29. Will you come to my house ?
તમે મારે ઘેર આવશેા ?
(tame mare gher avsho)

30. Where did he go ?
 તે ક્યાં ગયો ?
(te kayan gayo)

31. What do you do ? (*plural*)
તમે શું કરો છો ?
(tame shun karo chho)

32. Why do you tell a lie ?
ખોટી વાત શા માટે કહો છો ?
(khoti vat sha mate kaho chho)

33. Where has your daughter gone ?
તમારી દીકરી ક્યાં ગઈ છે ?
(tamari dikri kayan gaye chhe)

34. What has happened to you ?
તમને શું થઈ ગયું ?
(tamne shun thai gayun)

35. What more I can do for you ?
તમારા માટે હું શું કરી શકું ?
(tamara mate hun shun kari shakun)

36. What is in your hand ?
તમારા હાથમાં શું છે ?
(tamara hathman shun chhe)

37. Will you stay here ?
શું તમે અહીં રહેશો ?
(shun tame ahin rahesho)

38. What do you want to eat ?
તમારે શું ખાવાની ઇચ્છા છે ?
(tamare shun khavani ichha chhe)

39. Who has gone there ?
ત્યાં કેાણુ ગયું હતું ?
(tayan kon gayun hatun)

40. Where will you go ?
તમે કયાં જશેા ?
(tame kayan jasho)

LESSON 18

Imperatives

(આજ્ઞાર્થકો—agyarthko)

1. call a labourer
મજૂરને બોલાવો
(majoorne bolavo)

2. don't talk
વાત ન કરો
(vat na karo)

3. don't go there
ત્યાં ન જાવ
(tayan na jav)

4. you go (*singular*)
તુ જા
(tu ja)

5. you go (*plural*)
તમે જાવો
(tame javo)

6. you tell (*singular*)
તુ કહે
(tu kahe)

7. you tell (*plural*)
તમે કહો
(tame kaho)

8. never tell a lie
કદી જૂઠું ન બોલો
(kadi jhootun na bolo)

9. you don't come
તમે ન આવો
(tame na avo)

LESSON 19

Gender

(લિંગ—ling)

There are THREE genders in Gujarati :

1. Masculine (પુલ્લિંગ—pulling)
2. Feminine (સ્ત્રીલિંગ—striling)
3. Neuter (નપુંસક—napunsak)

The first speaks of males, the second of females and the third which is neither of the earlier two as also the inanimate things. Sometimes inanimate things are in masculine or feminine gender according to their meaning and practice.

Examples :

Masculine	*Feminine*
man માણસ (manas)	=woman નારી (nari)
boy છોકરો (chhokro)	=girl છોકરી (chhokri)

121

Masculine	*Feminine*
king રાજા (raja)	=queen રાણી (rani)
male પુરૂષ (purash)	=female સ્ત્રી (stri)
,, નર (nar)	= ,, માદા (mada)
horse ઘોડો (ghoro)	=mare ઘોડી (ghori)
dog કૂતરો (kootro)	=bitch કૂતરી (kutri)
bullock બળદ (bald)	=cow ગાય (gaye)
god દેવ (dev)	=goddess દેવી (devi)
servent દાસ (das)	=maid servant દાસી (dasi)
son પુત્ર (putar)	=daughter પુત્રી (putri)
tiger વાઘ (vagh)	=tigress વાઘણ (vaghan)
lion સિંહ (sinh)	=lioness સિંહણ (sinhan)
teacher શિક્ષક (shikhak)	=teacheress શિક્ષકા(shikhka
actor નાયક (nayak)	=actress નાયિકા (nayaka)
reader પાઠક (pathak)	=female reader પાઠિકા (pathika)
editor સંપાદક (sampadak)	=female editor સંપાદિકા (sampadika)
writer લેખક (lekhak)	=female writer લેખિકા (lekhika)
father પિતા (pita)	=mother માતા (mata)
,, બાપ (bap)	= ,, મા (ma)

Masculine	*Feminine*
grandfather દાદા (dada)	=grandmother દાદી (dadi)
„ નાના (nana)	= „ નાની (nani)
uncle કાકા (kaka)	=aunt કાકી (kaki)
husband પતિ (pati)	=wife પત્ની (patni)
brother ભાઈ (bhai)	=sister બહેન (bahen)
bridegroom વર (var)	=bride વહુ (vahu)
widower વિધુર (vidhur)	=widow વિધવા (vidhwa)
brother-in-law સાળા (sala)	=sister-in-law સાળી (sali)
father-in-law સસરો (sasro)	=mother-in-law સાસુ (sasu)

A list of a few feminine words which have no counterpart in masculine is as follows :

appeal	—અપીલ (apeel)
age	—ઉમર (umar)
appearance	—સૂરત (soorat)
book	—ચોપડી (chopri)
bravery	—હિમ્મત (himat)
bedsheet	—ચાદર (chadar)
back	—પીઠ (peeth)
boat	—હોડી (hori)
court	—કચેરી (kachairi)
crowd	—ભીડ (bheer)
care	—સંભાળ (sambhal), ચાનક (chanak)

condition —હાલત (halat)
cookery —રસોડું (rasorun)
cold —ઠંડક (thandak)
dust —ધૂળ (dhul)
doll —પૂતળી (putli)
difficulty —અડચણ (archan)
deficiency —કસર (kasar)
demand —ખપત (khapt), માંગ (mang)
dirt —ગંદવાડ (gandvar)
defeat —હાર (har)
danger —આફત (afat)
delay —ઢીલ (dheel)
diet —ખો (kho)
eye —આંખ (ankh)
earth —જમીન (jamin), ધરતી (dharti), મટોડી (matori=clay)
effect —અસર (asar)
education —કેળવણી (kelvani)
ease —નિરાંત (nirant)
enquiry —તપાસ (tapas)
evening —સમીસાંજ (samisanj) or સાંજ (sanj)
fate —તકદીર (takdir)
fault —કસૂર (kasur)
flag —ધજા (dhaja)
flood —રેલ (rail)
garden —વાડી (vari)

habit	—આદત (adat)
help	—મદદ (madad)
hedge	—વાડ (var)
hotel	— વીશી (vishi)
ink	—સાહી, શાહી (sahi, shahi)
intelligence	—અકલ (akal)
inquiry	—પૂછપરછ (poochparachh)
injury	—ઈજા (ija)
illness	—માંદગી (mandgi)
leg	—ટાંગ (tang)
line (queue)	—કતાર (katar), લીટી (liti—row)
liberty	—છૂટ (chhut)
ladder	—સીડી (siri)
memory	—યાદ (yad)
nature	— કુદરત (kudrat)
necessity	—જરૂરત (jarurat)
news	—ખબર (khabar)
number	—તાદાદ (tadad)
night	—રાત (rat)
oath	—કસમ (kasam)
permission	—આજ્ઞા (agya)
place	—જગ્યા (jagya)
pulse	—દાળ (dal)
purse	—કોથળી (kothli)
pilgrimage	—જત્રા (jatra)
pardon (noun)	— માફી (mafi)

pain	—વેદના (vedna)
rumour	—અફવા (afwa)
ring	—વીંટી (vinti)
shadow	—છાયા (chhaya)
side	—બગલ (bagal)
sleep	—નિદ્રા (nidra)
strength	—તાકાત (takat)
sugar	—ખાંડ (khand)
snuff	—છિકણી (chikni)
stairs	—નિસરણી (nisarni)
school	—નિશાળ (nishal)
stick	—લાકડી (lakri)
tea	—ચા (cha)
turban	—પાઘડી (paghri)
thirst	—તરસ (taras)
training	—તાલીમ (talim)
victory	—જીત (jeet), ફતેહ (fateh)
wick	—બતી (bati)
wages	—મજૂરી (majoori)
wood	—લાકડું (lakrun)
witness	—સાખ (sakh)
waist	—કમર (kamar)
want	—ચાહ (chah)
word	—જબાન (jaban)
wave	—લહર (laher)

The names of rivers are feminine :

નર્મદા (Narmada), તાપ્તી (Tapti), ગંગા (Ganga), યમુના (Yamuna) etc.

The names of languages are feminine :

ગુજરાતી (Gujarati), પંજાબી (Punjabi) etc.

The names of foodstuffs are feminine :

પુરી, ભાજી, દાળ, રોટલી, કઢી etc.

The names of vechicles are feminine :

મોટર (motor), ટ્રેન (train), નૌકા (boat), સાયકલ (cycle) etc.

The names of lunar-days are feminine :

એકમ (first), બીજ (bij=second), પુનમ (poonam =fifteenth), અમાસ (amas) etc.

Masculine gender :

The names of mountains are masculine :

હિમાલય (Himalaya), વિન્ધાચલ (Vindhaychal) etc.

The names of places are masculine :

પંજાબ (Punjab), બંગાલ (Bengal), ગુજરાત (Gujarat) etc.

The names of oceans are masculine :

અરબી સમુદ્ર (Arbian sea), હિન્દમહાસાગર (Indian ocean) etc.

The names of planets are masculine :

સૂર્ય, ચન્દ્ર, મંગલ etc.

પૃથ્વી (earth) is feminine.

The names of division of time are masculine :

માસ, દિવસ etc

However, રાત (night), સવાર (morning), સાંજ (evening), મિનીટ (minute) and સેકંડ (second) are feminine.

The names of trees are masculine :

પીપળો (Peepalo), વડ (var) etc.

The names of months are masculine :

વૈશાખ, જેઠ etc.

The names of jewels are masculine :

હીરો, નીલમ etc.

મોતી is neuter gender.

Neuter gender :

book —પુસ્તક (pustak)
top —રમકડું (ramakdun)

cloth	—કપડું (kaprun)
house	—મકાન (makan)
curd	—દહી (dehi)
milk	—દૂધ (dudh)
grass	—ઘાસ (ghass)
water	—પાણી (pani)
ghee	—ઘી (ghi)
oil	—તેલ (tel)

LESSON 20

Number

(વચન—vachan)

There are only TWO numbers :

singular (એકવચન) and **plural (બહુવચન)**

Singular can be changed into plural generally by adding **ઓ, આ** or **આઓ** at the end.

For example :

singular	*plural*
child બાળક (balak)	=children બાળકો (balko)
man માણસ (manas)	=men માણસો (manso)
king રાજા (raja)	=kings રાજાઓ (rajaao)
place જગ્યા (jaa)	=places જગ્યાઓ (jaaao)
,, શાળા (shala)	= ,, શાળાઓ (shalao)
book ચોપડી (chopdi)	=books ચોપડીઓ (choprio)
saint સાધુ (sadhu)	=saints સાધુઓ (sadhuao)
lock તાળું (talun)	=locks તાળાઓ (talao)

singular	*plural*
boy દીકરો (dikro)	=boys દીકરાઓ (dikrao)
room ઓરડો (ordo)	=rooms ઓરડાઓ (ordao)
monkey વાંદરો (vandro)	=monkeys વાંદરાઓ (vandrao)

The following words are always used as plural :

પ્રાણ (pran=life),   વાળ (val=hair),
હોશ (hosh=sense).

Rule :

Words ending in અ (a) are changed into ઓ(o),
આ (aa) and ઇ, ઈ (i, ee) will be added with ઓ (o),
ઉ (u), and ઊ (oo) and ઓ (o) will change into આ
(aa) before ending the sign of plural —ઓ (o).

Numbers (સંખ્યા—sankhya)

૧ (1)	૨ (2)	૩ (3)	૪ (4)	૫ (5)
એક	બે	ત્રણ	ચાર	પાંચ
ek	be	tran	char	panch

૬ (6)	૭ (7)	૮ (8)	૯ (9)	૧૦ (10)
છ	સાત	આઠ	નવ	દસ
chh	sat	aath	nav	das

૧૧ (11)	૧૨ (12)	૧૩ (13)	૧૪ (14)	૧૫ (15)
અગિયાર	બાર	તેર	ચૌદ	પંદર
agiar	bar	ter	chaud	pandar

૧૬ (16)	૧૭ (17)	૧૮ (18)	૧૯ (19)	૨૦ (20)
સોળ	સત્તર	અઢાર	ઓગણીસ	વીસ
sol	sattar	athar	oganis	vis

૨૧ (21)	૨૨ (22)	૨૩ (23)	૨૪ (24)	૨૫ (25)
એકવીસ	બાવીસ	ત્રેવીસ	ચોવીસ	પચીસ
ekvis	bavıs	trevis	chauvis	pachis

૨૬ (26)	૨૭ (27)	૨૮ (28)	૨૯ (29)	૩૦ (30)
છવીસ	સત્તાવીસ	અઠ્ઠાવીસ	ઓગણત્રીસ	ત્રીસ
chhavis	satavis	atthavis	ogantris	tris

૩૧ (31)	૩૨ (32)	૩૩ (33)	૩૪ (34)	૩૫ (35)
એકત્રીસ	બત્રીસ	તેત્રીસ	ચોત્રીસ	પાંત્રીસ
ektris	batris	tetris	chotris	pantris

૩૬ (36)	૩૭ (37)	૩૮ (38)	૩૯ (39)	૪૦ (40)
છત્રીસ	સાડત્રીસ	આડત્રીસ	ઓગણચાળીસ	ચાળીસ
chhatris	sadtris	adtris	oganchalis	chalis

૪૧ (41)	૪૨ (42)	૪૩ (43)	૪૪ (44)	૪૫ (45)
એકતાળીસ	બેતાળીસ	તેંતાળીસ	ચુમાળીસ	પિસ્તાળીસ
ektalis	bentalis	tentalis	chumalis	pistalis

૪૬ (46)	૪૭ (47)	૪૮ (48)	૪૯ (49)	૫૦ (50)
છેંતાળીસ	સુડતાળીસ	અડતાળીસ	ઓગણપચાસ	પચાસ
chhentalis	sudtalis	adtalis	oganpachas	pachas

૫૧ (51)	૫૨ (52)	૫૩ (53)	૫૪ (54)	૫૫ (55)
એકાવન	બાવન	ત્રેપન	ચોપન	પંચાવન
ekavan	bavan	trepan	chopan	panchvan

૫૬ (56)	૫૭ (57)	૫૮ (58)	૫૯ (59)	૬૦ (60)
છપ્પન	સત્તાવન	અઠ્ઠાવન	ઓગણસાઠ	સાઠ
chhappan	sattavan	atthavan	ogansath	sath
૬૧ (61)	૬૨ (62)	૬૩ (63)	૬૪ (64)	૬૫ (65)
એકસઠ	બાસઠ	ત્રેસઠ	ચોસઠ	પાંસઠ
eksath	basath	tresath	chosath	pansath
૬૬ (66)	૬૭ (67)	૬૮ (68)	૬૯ (69)	૭૦ (70)
છાસઠ	સડસઠ	અડસઠ	ઓગણસિત્તોર	સિત્તોર
chhasath	sadsath	adsath	ogansitter	siter
૭૧ (71)	૭૨ (72)	૭૩ (73)	૭૪ (74)	૭૫ (75)
એકોતેર	બોંતેર	ત્રોંતેર	ચુમોતેર	પંચોતેર
ekoter	bonter	tronter	chumoter	panchoter
૭૬ (76)	૭૭ (77)	૭૮ (78)	૭૯ (79)	૮૦ (80)
છોંત્તેર	સત્તોતેર	અઠ્ઠોતેર	ઓગણએંસી	એંસી
chhonter	sattoter	atthoter	oganaensi	ensi
૮૧ (81)	૮૨ (82)	૮૩ (83)	૮૪ (84)	૮૫ (85)
એકાસી	બ્યાસી	ત્ર્યાસી	ચોરસી	પંચાસી
ekasi	byasi	tryasi	chorasi	panchasi
૮૬ (86)	૮૭ (87)	૮૮ (88)	૮૯ (89)	૯૦ (90)
છ્યાસી	સત્યાસી	અઠ્યાસી	નેવાસી	નેવું
chhyasi	satyasi	atthyasi	nevasi	nevun
૯૧ (91)	૯૨ (92)	૯૩ (93)	૯૪ (94)	૯૫ (95)
એકાણું	બાણું	ત્રાણું	ચોરાણું	પંચાણું
ekanun	banun	tranun	choranun	panchanun

૯૬ (96)   ૯૭ (97)   ૯૮ (98)   ૯૯ (99)   ૧૦૦ (100)

છન્નુ   સત્તાણું   અઠ્ઠાણું   નવ્વાણું   સો

chhannu sattanun atthanun navvanun so

૧૦૧ (101)   ૧૧૦ (110)

એક સો એક   એક સો દશ

ek so ek   ek so dash

૨૦૦ (200)   ૧૦૦૦ (1000)   ૧૦૦૦૦ (10000)

બસો   હજાર   દશ હજાર

baso   hajar   dash hajar

૧,૦૦,૦૦૦ (1,00,000)   ૧૦,૦૦૦,૦૦૦ (10,000,000)

લાખ   કરોડ

lakh   karor

first — પહેલો (pehlo)
second — બીજો (bijo)
third — ત્રીજો (trijo)
fourth — ચોથો (chautho)
fifth — પાંચમો (panchmo)
sixth — છઠો (chhatho)
seventh — સાતમો (satmo)
eighth — આઠમો (athmo)
ninth — નવમો (navmo)
tenth — દસમો (dasmo)
eleventh — અગિયારમો (agiarmo)
twelfth — બારમો (barmo)

Thus other ordinal numbers should be formed by adding 'મો' to the cardinals.

LESSON 21

Vocabulary

Parts of the Body

(શરીરના અંગો—sharirna anga)

head	માથુ	mathu
hair	વાળ	val
face	મુખ	mukh
mouth	,,	,,
ear	કાન	kan
eye	આંખ	ankh
nose	નાક	nak
tongue	જીભ	jeebh
lip	હોઠ	oth
tooth	દાંત	dant
chest	છાતી	chhati
stomach	પેટ	pet
back	પીઠ	peeth
waist	કમર	kamar
hand	હાથ	hath

claw	પંજો	panjo
finger	અંગુલ	angul
nail	નખ	nakh
leg	પગ	pag
toe	આંગળું	anglu
thigh	જાંગ	jang
shoulder	ખભો	khabho
side	બાજુ	baju
arm	હાથ	hath
belly	પેટ	pet
blood	લોહી	lohi

Seasons and Weather

(ઋતુ અને આબોહવા—ritu ane abohawa)

autumn	પાનખર	pankhar
spring	વસંત	vasant
summer	ઉનાળો	unalo
rainy	વરસાદ	varsad
winter	શિયાળો	shiyalo
vapour	વરાળ	varal
cyclone	વાવાઝોડું	vavajhorun
cloud	વાદળું	vadlun
sunless	છાયાવાળું	chhayavalun
sunny	સૂરજનું	surajnu
sunlight	તડકો	tadako
light	ઉજાશ	ujash

lightening	વીજળી	veejalee
air	હવા	hawa
day	દિવસ	diwas
evening	સાંજ	sanj
rain	વૃષ્ટિ	varishti
snow	બરફ	baraf
storm	તોફાન	tofan
thunder	મેઘગર્જના	megh garjana
wind	વિંટાળવું	vintalvon
hail	કરા	kara
frost	બંધાઈ	banghai
broad daylight	ધોળે દિવસે	dhole divse
unseasonal rain	માવઠું	mavathun
flood	રેલ	rel
climate	હવાપાણી	hawapani

Time
(સમય—samay)

time	વખત	vakhat
second	પક	pak
minute	મિનીટ	minit
hour	કલાક	kalak
o'clock	વાગે	vage
morning	સવાર	sawar
evening	સાંજ	sanj

night	રાત	rat
afternoon	ત્રીજો પહોર	trejopahor
day	દિવસ	divas
everyday	દરરોજ	darroj
week	અઠવાડિયું	athvadiyon
fortnight	પખવાડિયું	pakhvadiyon
month	મહિનો	mahino
date	તારીખ	tarikh
year	વરસ	varas
today	આજ	aj
yesterday	ગઈકાલ	gayikal
tomorrow	આવતીકાલ	avtikal
century	સદી	sadi
noon (midday)	બપોર	bapor
sunrise	સૂર્યોદય	suryuday
sunset	સૂર્યનો અસ્ત	surynoast
midnight	અધરાત	adhorat
last or next year	પોર	por

Family Relations
(કુટુંબ— kutumb)

father	બાપ	bap
mother	બા	ba
son	દીકરો	dikro
daughter	દીકરી	dikri

brother	ભાઈ	bhai
sister	બહેન	behen
uncle	કાકા	kaka
parents	મા-બાપ	mabap
aunt	કાકી	kaki
boy	છોકરો	chhokro
girl	છોકરી	chhokri
wife	પત્ની	patni
husband	પતિ	pati
father-in-law	સસરો	sasro
mother-iu-law	સાસુ	sasu
son-in-law	જમાઈ	jamai
daughter-in-law	વહુ	vahu
virgin	કન્યા	kanya
relative	સગો	sago
lady	બાઈ	bai
divorce	છૂટાછેડા	chhuta chhera
marriage	વિવાહ	vivah
married couple	જોડું	jodun
widow	વિધવા	vidhwa
old woman	ડોશી	doshi
widower	વિધુર	vidhur
old man	ડોસો	doso
widowhood	રંડાપો	randapo
bachelor	વાંઢો	vandho
aged	વૃદ્ધ	vridh

guest	પરોણો	parono
servant	નોકર	nokar
wet-nurse	ધાવ	dhav
peon	પટવાળો	patvalo
lady	બાનુ	banu
sister's son	ભાણેજ	bhanej
young man	યુવાન	yuvan
barren woman	વાંઝણી	vanjhni

Birds

(પક્ષી—pakshi)

crow	કાગડો	kagdo
peacock	મોર	mor
cock	કુકડો	kookado
parrot	પોપટ	popat
dove	કબૂતર	kabootar
swan	હંસ	hans
eagal	ગરૂડ	garur
vulture	ગીધ	gidh
kite	સમડી	samadi
egg	ઇંડું	indun
to fly	ઊડવું	urvun
bat	ચામાચીડીયું	chamachiryun
hen	કુકડી	kukdi
owl	ઘુવડ	ghuvar
pigeon	કબૂતર	kabutar
sparrow	ચકલો	chaklo

Colours
(રંગ—rang)

white	સફેદ	safed
green	લીલું	leelun
yellow	પીળું	peelun
red	લાલ	lal
black	કાળું	kalun
golden	સોનેરી	soneri
violet	જાંબુડિયું	jambudiyun
orange	નારંગી	narangi
blue	વાદળી	vadli
brown	ભુરૂં	bhooron
bright	ચળકતું	chalktun

Professions
(ધંધો—dhando)

washerman	ધોબી	dhobi
blacksmith	લુહાર	luhar
gardener	માળી	mali
betel-seller	તંબોળી	tamboli
astronomer	જોશી	joshi
barber	હજામ	hajam
scavenger	મહાર	mahar

goldsmith	સોની	soni
tailor	દરજી	darji
milkman	દૂધવાળો	doodhwalo
cook	બબરચી	babarchi
craftsman	મિસ્ત્રી	mistri
physician	વૈદ	vaid
singer	ગાયક	gayak
actor	અભિનેતા	abhineta
writer	લેખક	lekhak
dancer	નટ	nat
artist	ચિત્રકાર	chitrakar
joker	મશ્કરો	mashkro
salt-maker	અગરિયો	agariyo
agent	આડતિયો	artiyo
ambassador	એલચી	elchi
wood-cutter	કઠિયારો	kathiyaro
butcher	ખાટકી	khatki
sailor	ખારવો	kharvo
farmer	ખેડુત	khedut
pick pocket	ગઠિયો	gathiyo
songster	ગવૈયો	gavaiyo
editor	તંત્રી	tantri
drunkard	દારૂડિયો	daroodiyo
unemployed	નવરું	navrun
servant	નોકર	nokar
peon	પટાવાળો	patavalo

representative	પ્રતિનિધિ	pratinidhi
hawker	ફેરિયેા	feriyo
shepherd	ભરવાડ	bharvad
beggar	ભિખારી	bhikari
labourer	મજૂર	majoor
politician, a clerk	મુત્સદી	mutsadi
traveller	મુસાફર	musafar
witness	સાખ	sakh

Animals
(જનાવર—janavar)

ass	ગધેડેા	gadhedo
buffalo	ભેંશેા	bhensho
bull	સાંડ	sand
cow	ગાય	gay
cat	બીલાડી	biladi
camel	ઉંટ	oont
dog	કુત્તો	kutto
deer	હરણ	haran
bear	રીંછ	rinch
donkey	ગધેડું	gadhenu
fox	કહેાલું	kaheloon
goat	બકરેા	bakro
elephant	હાથી	hathi

horse	ઘોડો	ghoro
hare	સસલું	saslun
jackal	શિયાળ	shiyal
lion	સિંહ	sinha
lamb	મેંઢાનું	mendhanu
leopard	ચીતરો	cheetro
monkey	વાંદરો	vandro
mouse, rat	ઉંદર	oondar
ox	બેલ	bel
pig	ડુક્કર	dukkar
pony	ટટ્ટુ	tattu
panther	ચિત્તો	chitto
sheep	મેંઢું	mendhun
stag	સાબર	sabar
squirrel	ખીશકોલી	khishkoli
wolf	વરૂ	varu

Fruits & Vegetables
(ફળ અને ભાજીપાલો—phal ane bhajipalo)

apple	સફરજન	safarajan
fig	અંજીર	anjir
grapes	દ્રાક્ષ	drakh
guava	જામફળ	jamphal
orange	નારંગી	narangi
mango	કેરી	keri

pineapple	અનનાસ	ananas
pomegranate	દાડમ	dadam
plantain	કેળું	kelun
cashewnut	ભીલામો	bhilamo
almond	બદામ	badam
radish	મૂળા	mula
rootlet	ભાજીમૂળા	bhajimula
potato	બટાટા	batata
cauliflower	ફૂલકોબી	phulkobi
carrot	ગાજર	gajar
brinjal	રીંગણું	reengnu
onion	કાંદો	kando
peas	વટાણો	vatano
courd	દૂધી	dudhi
ginger	આદું	adun
turnip	ગોખરૂં	gokhrun
tomato	ટમેટું	tametun
chilli	મરચું	marchun
bitter gourd	કારેલું	kareloon
spinach	પાલક	palak
tamarind	આમલી	amali
snake-gourd	પંડોળું	pandolun

Household
(ઘર કુટુંબ—ghar kutamb)

drawing room	દીવાનખાનું	divankhanun
dining room	જમવાનીખોલી	jamavanikholi
bathroom	સ્નાનાગાર	sananagar
room	ઓરડો	orado
kitchen	રસોડું	rasodun
latrine	સંડાસ	sandas
door	દરવાજો	darwajo
window	બારી	bari
balcony	પડાળી	padali
wall	દીવાલ	diwal
corner	ખુણો	khuno
stairs	નિસરણી	nisarani
upstairs	માળિયું	maliyun
household	ઘરખટલો	gharkhatlo
cupboard	કબાટ	kabat
basket	ટોપલી	topli
dish	રકાબી	rakabi
cup	પ્યાલો	pyalo
plate	પતરું	patrun
cot	ખાટલો	khatlo
bedding	પથારી	pathari
pillow	ઓશીકું	oshikun
bed	ગાદલો	gadlo
lamp	દિવો	divo

candle	મીણબત્તી	minbati
key	ચાવી	chavi
lock	તાળું	talun
picture	ચિત્ર	chitra
grain	અનાજ	anaj
bread	રોટલી	rotli
rice	ચોખા	chokha
wheat	ઘઉં	ghaun
pulse (cooked)	દાળ	dal
fish	માંછલી	manchli
meat	માંસ	mans
food	જમણ	jaman
breakfast	નાસ્તો	nasto
butter	માખણ	makhan
curd	દહીં	dahin
milk	દૂધ	doodh
butter-milk	છાશ	chhash
oil	તેલ	tel
ghee	ઘી	ghi
salt	મીઠું	meethun
sugar	સાકર	sakar
tea	ચા or ચહા	cha or chah
wine	દારૂ	daru
water	પાણી	pani
honey	મધ	madh
dinner	જમણ	jaman

turmeric	હળદર	haldar
tamarind	આંબલી	anbali
pepper	મરી	mari
cardamom	એલચીનું ઝાડ	ailchino jhar

Metals
(ધાતુ–dhato)

gold	સોનું	sonun
silver	રૂપું, ચાંદી	roopun, chandi
copper	તાંબું	tambun
brass	પીતળ	peetal
bronze	કાંસું	kansun
lead	કલાઈ	kalai
sulphur	ગંધક	gandhak
iron	લોખંડ	lokhand

LESSON 22

Conversation

(વાતચીત–vatchit)

With Friend

(મિત્રની સાથે–mitrni sathe)

Sham : Good morning Ram.
રામ નમસ્તે
(Ram namaste)

Ram : Good morning Sham.
શ્યામ નમસ્તે
(Sham namaste)

Sham : What do you do ?
તુ શું કરે છે ?
(tu shun kare chhe)

Ram : I read a book.
હું પુસ્તક વાંચું છું
(hun pustak vanchu chhun)

Sham : Who is he ?
તે કોણ છે ?
(te kon chhe)

Ram : He is my friend.
તે મારો મિત્ર છે
(te maro mitr chhe)

Sham : Where will you go ?
તમે ક્યાં જશો ?
(tame kayan jasho)

Ram : I shall go to the market.
હું બજાર જઈશ
(hun bajar jaish)

Sham : What does your sister do ?
તમારી બહેન શું કરે છે
(tamari bahen shun kare chhe)

Ram : My sister is coming from bazar.
મારી બહેન બજારથી આવી રહી છે
(mari bahen bajarthi avi rahi chhe)

Sham : Come to my house tomorrow.
કાલે મારે ઘેર આવો
(kale mare ghare avo)

Ram : No, not tomorrow.
ના, કાલ નહિ
(na kal nahi)

Sham : Where is your house ?
તમારૂં ઘર ક્યાં છે
(tamarun ghar kayan chhe)

Ram : Your brother knows. It is ten minutes walk.
તમારો ભાઈ જાણે છે. તે દશ મિનિટનો રસ્તો છે
(tamaro bhai jane chhe, te das mintno rasto chhe)

Sham : Certainly, I shall come.
જરૂર આવીશ
(jarur avish)

Ram : Thank you.
તમારો આભાર
(tamaro abhar)

LESSON 23

At School

(નિશાળમાં—nishalman)

Teacher : What is your name ?
તમારું નામ શું છે
(tamarun nam shun chhe)

Ram : Sir, my name is Ram.
સાહેબજી, મારું નામ રામ છે
(sahebji, marun nam Ram chhe)

Teacher : What is your father's name ?
તમારા બાપનું નામ શું છે
(tamara bapnu nam shun chhe)

Ram : My father's name is Shamlal.
મારો બાપનું નામ શામલાલ છે
(maro bapnu nam Shamlal chhe)

Teacher : What is your age ?
તમારી ઉમર કેટલી છે
(tamari umar ketli chhe)

Ram : My age is fifteen.
મારી ઉમર પંદર વરસની છે
(mari umar pandar varasni chhe)

Teacher : What is your father ?
તમારા બાપુજી શું કામ કરે છે ?
(tamara bapuji shun kam kare chhe)

Ram : He is a teacher.
તે શિક્ષક છે
(te shikhak chhe)

Teacher : Where are you living ?
તમે ક્યાં રહો છો ?
(tame kayan raho chho)

Ram : My house is very near.
મારૂ ઘર ઘણું પાસે છે
(maro ghar ghanu pase chhe)

Teacher : How far it is ?
તે કેટલે દૂર છે ?
(te ketle dur chhe)

Ram : It is on that road.
પેલા રસ્તામાં છે
(pela rastaman chhe)

Teacher : Who else are in your house ?
તમારા ઘરમાં બીજા કોણ કોણ રહે છે ?
(tamaran gharma bija kon kon rahe chhe)

Ram : My mother, two sisters and one younger brother live in our house.
અમારા ઘરમાં મારા બા, બે બહેનો અને એક નાનો ભાઈ છે
(amara gharman mara ba, be behno ane ek nano bhai chhe)

Teacher : Ram, where were yau going yesterday?
રામ, કાલે તુ કયાં જઈ રહ્યો હતો ?
(Ram, kale tu kayan jayi rahio hato)

Ram : I was going to post-office.
હું ટપાલ ઓફિસ જઈ રહ્યો હતો
(hun tapal ofis jai rahiyo hato)

Teacher : I shall come to your house tomorrow.
હું કાલે તમારા ઘરે આવીશ
(hun kale tamarun ghar avish)

Ram : You are welcome. Sir, At what time ?
આપનું સ્વાગત છે સાહેબજી, કેટલા વાગ્યે આવશો ?
(aapnun sawagat chhe. Sahibji, ketla vagye avsho ?

Teacher : At 2 o'clock.
બે વાગે
(be vage)

Ram : Sir, come in the morning.
સાહેબજી, સવારે આવો
(sahibji savare avo)

Teacher : Very well, at what time ?
ઘણું સારૂં, કેટલા વાગે ?
(ghanu sarun, ketla vage)

Ram : At 9 o'clock.
નવ વાગે
(nav vage)

(At one my father will go to Delhi tomorrow.
કાલ એક વાગે, મારા બાપુજી દિલ્હી જશે
(kal ek vage maro bap Dili jashe)

Teacher : Oh yes, I could have a talk with him for ten minutes.
હા, તેમની સાથે હું દસ મિનિટ વાત કરી શકયો હતો
(ha, tameni sathe hun das minat vat kari shakiyo hato)

LESSON 24

At Doctor's

(ડાક્ટર—doctor)

Patient : Good morning ! doctor.
બિમાર નમસ્તે, ડાક્ટર સાહેબ
(namaste, doctor sahib)

Doctor : Good morning ! come in, sit there quickly for a while.
ડાક્ટર નમસ્તે ! અંદર આવેા, શાન્તિથી ત્યાં જરાવાર બેસેા
(nameste, andar avo, shantithi tahan jaravar baiso)

Patient : I am in a hurry.
મને જલ્દી છે
(mane jaldi chhe)

Doctor : Come here, what do you want ?
આવેા શું જોઇએ
(avo shun joie)

Patient : I was taken ill yesterday. I had fever.
હું કાલે બિમાર હતેા, તાવ આવ્યેા હતેા
(hun kale bimar hato, tav aviyo hato)

Doctor : Where were you yesterday ?

કાલે તું ક્યાં હતો

(kale tun kayan hato)

Patient : Yesterday I was in Delhi. I had to go out.

હું કાલે દિલ્હી હતો, મને બહાર જવું પડ્યું

(hun kale Dili hato, mane bahar javun pariyo)

Doctor : Do you have headache also ?

તમને માથાનો દુ:ખાવો પણ રહે છે

(tamne mathano dukhavo pan rahe chhe ?)

Patient : Yes, yes.

હા, હા

(ha, ha)

Doctor : What is (your) occupation ?

શું ધંધો છે ?

(shun dhando chhe ?)

Patient : I am a bank clerk, have to work long hours.

હું એક બેંકમાં કલાર્ક છું, મારે લાંબો સમય કામ કરવાનું હોય છે

(hun ek bankman clark chhun, mare lambo samay kam karvanu hoi chhe)

Doctor : What did you eat yesterday ?

કાલે તમે શું ખાધુ ?

(kale tame shun khadu ?)

Patient : What should I conceal from you, I ate mangoes.

તમારાથી શું છુપાવું, મેં કેરી ખાધી હતી

(tamarathi shun chhupaon, main keri khadi hati)

Doctor : Then took cold water ?

પછી ઠંડુ પાણી પીધું ?

(pachi thandu pani peedhun ?)

Patient : Yes, yes.

હા, હા

(ha, ha)

Doctor : Don't be anxious, you will be all right.

ફિકર ન કરો, તમે થોડા સમયમાં સારા થઈ જશો

(fikar na karo tame thoda samayman sara thai jasho)

Take this medicine and eat it three times.

આ દવા લેવો અને ત્રણવાર ખાવો

(a dava levo ane tranvar khao)

Patient : Thank you, Doctor, I will follow your advice.

ધન્યવાદ, ડાક્ટર બાબુ, હું તમારી સલાહ પ્રમાણેજ કરીશ

(dhanyvad, doctor babu, hun tamari salah pramanej karish)

Doctor : Good morning !

નમસ્તે !

(nameste)

LESSON 25

In the market

(બજારમાં—bajarman)

Shopkeeper : Come sir, what do you want ?
દુકાનદાર   આવો સાહેબ, શું જોઇએ
           (avo saheb, shun joie)

Customer : I want bananas.
ઘરાક   મને કેળાં જોઇવે છે
           (mane kelan joive chhe)

Shopkeeper : How many sir ?
          કેટલાં સાહેબ
          (ketlan saheb)

Customer : Two.
         બે
         (be)

Shopkeeper : Two dozen ?
          બે ડઝન
          (be dajhan)

Customer : No, no, only two. I want fresh bananas.

ના, ના, ફક્ત બે, મને તાજાં કેળાં જોઇવે

(na, na, fakat be, mane tajaan kelan joive)

Shopkeeper : Yes, yes. These are fresh bananas.

હા, હા. એ તાજું કેળાં છે

(ha, ha. ae tajun kelan chhe)

Customer : These are very small.

આ ઘણાં નાના છે

(a ghana nana chhe)

Shopkeeper : But are very sweet.

પણ ઘણાં મીઠો છે

(pan ghana meetho chhe)

Customer : What is the price ?

શું કીમત છે ?

(shun keemat chhe)

Shopkeeper : Ten paise per piece.

એક કેળાનાં દશ પૈસા

(ek kelana dash paisha)

Customer : Give me one dozen. It is cheap.

એ સસ્તાં છે. મને એક ડઝન આપો.

(ae sastan chhe, mane ek dajhan apo)

Shopkeeper What else do you want ?
બીજું શું જોઇએ ?
(biju shun joie)

Customer : Nothing, take your price.
કાંઇ નહિ, લેા કીંમત
(kai nahin, lo kimat)

Shopkeeper : Namaste. This fruit is good to eat.
નમસ્તે, આ ફળ ખાવામાં સારાં છે.
(namaste, aa phal khavaman saran chhe)

Customer : Oh ! certainly.
જી હા, જરૂર
(ji ha jarur)

LESSON 26

At Post Office

(ટપાલ ઓફિસ—tapal ofis)

Go to the post office.
ટપાલ ઓફિસમાં જાઓ
(tapal ofisman jaao)

Take this letter and close it.
આ પત્ર લઈ જાઓ અને બંધ કરો
(a patar lai javo ane bandh karo)

Write address on it and put a stamp on it
તેના પર ઠેકાણું લખો અને એક ટિકિટ લગાવો
(tena par thekanu lakho, ane ek tikat lagao)

Take this parcel also.
આ પાર્સલ પણ લઈ જાઓ
(a parcel pan lai javo)

Bring the receipt.
પાવતી લઈ આવો
(pavti lai avo)

Bring two envelopes and three cards.
બે પરબીડિયાં અને ત્રણ કાર્ડ લાવ
(be perbidiyan ane tran kard lav)

Open this envelop.
આ પરબીડિયું ઉઘાડો
(a parbidiyun ughado)

Close this envelop.
આ પરબીડિયું બંધ કરો
(a parbidiyun bandh karo)

Give me five stamps of ten paise.
મને દશ પૈસાવાળી પાંચ ટિકિટો આપો
(mane dash paisavali panch tiketo apo)

Give me one moneyorder form.
મને એક મનીઓર્ડર ફોર્મ આપો
(mane ek manyardar farm apo)

Where is the post office ?
ટપાલ ઓફિસ ક્યાં છે ?
(tapal ofis kyan chhe ?)

It is very near on that road.
તે પેલા રસ્તાની ઘણી નજીક છે.
(te pela rastani ghani najik chhe)

LESSON 27

About the Clock

(ઘડિયાળ બાબત–ghadiyal babat)

1. Who comes there ?
   ત્યાં કોણ આવે છે ?
   (tayan kaun ave chhe)

2. No one has come here. I am Ram.
   અહીં કોઈ પણ આવ્યું નથી, હું રામ છું
   (ahin koi pan avyun nathi, hun Ram chhun)

3. Hallo Ram ! what is the time. Some one or the other went there.
   ઓહ રામ ! કેટલા વાગ્યા ? કોઇ ન કોઇ ત્યાં ગયો હતો.
   (oh Ram ! ketla vagya, koi na koi tayan gayo hato)

4. It is one o'clock. No one had gone there.
   એક વાગ્યો છે, ત્યાં કોઇ પણ ગયું ન હતું
   (ek vagyo chhe, tayon koi pan gayun na haton)

5. Will you stay here till two o'clock?
શું તુ અહીં બે વાગ્યા સુધી રહેશે ?
(shun tu ahin be vagya sudhi raheshe)

6. No, I will stay here t ll quarter to two.
નહિં, હું અહીં પોણુ બે વાગ્યા સુધી રહીશ
(nahih, hun ahin paun be vagya sudhi rahish)

7. What is the time by your watch?
તમારા ઘડિયાળમાં કેટલા વાગ્યા ?
(tamara ghariyalman ketla vagya)

8. It is quarter past one.
સવા વાગ્યા છે
(sawa vagya chhe)

9. It is quarter past two.
સવા બે વાગ્યા છે
(sava be vagya chhe)

10, It is half past two.
સઢી વાગ્યા છે
(sadhi vagya chhe)

11. It is five minutes to one.
એક વાગવામાં પાંચ મિનીટ છે
(ek vagvaman panch minit chhe)

12. It is five minutes past eight.
આઠ વાગીને પાંચ મિનીટ થઈ છે
(aath vagine panch minit thai chhe)

13. At 1-30. At 2-30
દોઢ વાગે અઢી વાગે
(doadh vage) (adhi vage)

14. At eight o'clock the boy goes to school.
આઠ વાગ્યે છોકરો નિશાળે જાય છે
(ath vagye chhokro nishale jay chhe)

15. At 1-15 I was ready to go to office.
સવા વાગ્યે હું ઓફિસે જવા તૈયાર થયો
(sava vagye hun ofise java tayar thayo)

16. At 12-45 who were there ?
પોણા વાગે ત્યાં કોણ હતું ?
(pona vage tayan kon hatun)

LESSON 28

About the House

(ઘરની બાબત–gharni babat)

1. My house is big.
   મારૂં ઘર મોટું છે
   (marun ghar motun chhe)
2. My house is beautiful.
   મારૂં ઘર સારૂં છે
   (marun ghar sarun chhe)
3. My house is new.
   મારૂં ઘર નવું છે
   (marun ghar navun chhe)
4. It is not small, has a flower garden outside.
   આ નાનું નથી, બહાર એક બગીચેા છે
   (a nanu nathi, bahar ek bagicha chhe)
5. There are four rooms and one drawing room.
   ચાર ઓરડાઓ છે અને એક દીવાનખાનું છે
   (char ordao chhe ane ek divankhanu chhe)

6. There is one kitchen and one dining room.
ઘરમાં એક રસોડું અને એક જમવાની ખોલી છે
(gharman ek rasodun ane ek jamvani kholi chhe)
7. The latrine is outside and the bathroom inside.
સંડાસ બહાર અને સ્નાનગાર અંદર છ
(sandas bahar, ane sanangar ander chhe)
8. I open all doors.
હું બધા બારણાં ઉઘાડું છું
(hun badha barna ughadun chhun)
9. How many rooms are there in your house?
તમારા ઘરમાં કેટલા ઓરડાઓ છે
(tamara gharman ketla ordao chhe)
10. Nine rooms
નવ ઓરડાઓ
(nav ordao)
11. It is a matter of great wonder.
એ ઘણી આશ્ચર્ની વાત છે
(ae ghani ashcharni vat chhe)
12. I shall not speak with you.
હું તમારી સાથે વાત કરીશ નહિ
(hun tamari sathe vat karishe nahin)
13. Some people speak this out of jealousy.
કેટલાક લોકો અદેખાઈને કારણે સામ કહે છે
(ketlak loko adekhaine karne sam kahe chhe)

LESSON 29

Translation

(અનુવાદ—anuvad)

I

A crow stole a piece of bread. It sat on the branch of a tree and began to eat it. A fox sitting under the tree saw the crow and the bread. It wanted to snatch the bread but could not. She thought of a trick. She began to praise the crow and said how beautiful it could sing ! She asked the crow to sing her a beautiful song. The crow was flattered and opened its beak to sing a song. Immediately the piece of bread slipped and fell on the earth. The fox was very happy and ate it. The crow was disappointed.

એક કાગડાએ રોટીનો ટૂકડો પોરોબ્યો, તે ઝાડની ડાળી પર બેસી તેને ખાવા માંથો. ઝાડ નીચે એક શિયાળે કાગડો તથા રોટીને જોયાં. તેણે રોટીનાં ટૂકડાને જપટવાની ઇચ્છા કરી પણ તે ન કરી શકયું. તેને યુક્તિ સુઝી, તેને કાગડાનાં વખાણ કરી કહ્યું કે ગાયન કેટલું સુંદર ગાય છે. તેણે કાગડાને મધુર ગાયન ગાવા માટે કહ્યું. કાગડો પ્રશંસાથી ફૂલાઈ ગયો અને તેની ચાંચ ખોલી ગાવા લાગ્યો. તરત જ રોટીનો ટૂકડો નીચે જમીન પર પડ્યો. શિયાળે ઘણાં આનંદથી તેને ખાધો. કાગડો નિરાશ થઈ ગયો.

II

Once a thief entered a garden and plucked fruits and filled his pockets with them. All of a sudden the owner appeared there and caught the thief. He asked why he had entered his garden. The thief replied that a terrible storm had picked him up there. The owner asked why had he plucked the fruit. The thief replied that the same storm had bowed the twigs and plucked the fruit. The owner then asked but how the fruits went into his pockets. At this the thief replied that he was himself amazed at how the fruits had gone into his pockets.

એકવાર એક ચોરે એક બગીચામાં જઈ ફળ તોડી પોતાના ખીસાઓ ભર્યાં. અચાનક તેનો માલિક ત્યાં આવ્યો અને ચોરને પકડ્યો. તેણે પુછ્યું કે તેના બાગમાં શું કામ આવ્યો ? ચોરે જવાબ આપ્યો કે ભયંકર વાવાઝોડુએ તેને ત્યાં પહોંચાડી દીધો. માલિકે પુછ્યું કે તેણે ફળ શા માટે તોડ્યાં. ચોરે જવાબ આપ્યો કે એજ વાવાઝોડા એ ડાળીઓ જુકાવી અને ફળ તોડ્યાં. માલિકે પુછ્યું ફળ કેવી રીતે તેના ખીસામાં ગયાં ત્યારે ચોરે જવાબ આપ્યો કે તે પોતે આશ્ચર્યચકિત થયો કે ફળ કેવી રીતે તેના ખીસામાં ગયાં.

171

III

Come in please. Please sit down. Please take your seat on the chair. This way please. Would you like to have tea or coffee or cold drink? Will you please come over here ? Please come and see us whenever convenient to you. Come for a walk. Come for a drive. Would you like to come with us to the cinema ? Would you spend the day with us ? I shall not be able to come. I am sorry I shall not be able to do what you want.

મહેરબાની કરી અંદર આવો. બેસો. આ તરફ ખૂરશી પર બેસો. તમે ચા, કોફી અથવા ઠંડુ પીણું લેશો. તમે આ તરફ આવતા રહેશો ? જ્યારે તમને અનુકુળ હોય મળવા જરૂર આવશો. ફરવા માટે ચાલો. શું તમે અમારી સાથે સીનેમા જોવા આવશો. તમે અમારી સાથે આખો દિવસ રહેશો ? હું આવી શકીશ નહિ. માફ કરશો. તમે જે વિચારો છો તે મુજબ આવી શકાય તેમ નથી.

LESSON 30

Proverbs

(કહેવતો—kahevto)

1 Nothing is best done unless it is done by ourselves.
આપ સમાન બળ નહિ, મેઘ સમાન જળ નહિ
(ap saman bal nahi, megh saman jal nahi)

2. A drowning man catches a straw.
ડૂબતો માણુસ તણખલાને બાઝે
(dubto manas tankhalane bajhe)

3. No pains, no gains.
દુ:ખ વિના સુખ નહિ
(dukh vina sukh nahin)

4. Cut your coat according to your cloth.
ગજા પ્રમાણે ખર્ચ કરવો
(gaja pramane kharch karvo)

5. Tomorrow will take care of itself.
કાલની વાત કાલ સાથે
(kalni vat kal sathe)

6. Diamond cuts diamond.
   હીરા હીરાને કાપે
   (hero herane kape)

7. A friend in need is friend indeed.
   માથું આપે તે મિત્ર
   (mathun ape te mitar)

8. A figure among zeros.
   ઉજ્જડ ગામમાં એરંડો પ્રધાન
   (ujjar gamman erando pradhan)

9. Tit for tat and like for like.
   જેવાં ભાઇનાં મોસાળાં તેવાં બ્હેનનો ગીત
   (jevan bhaina mosalan tevan behenna geet)

10. Out of sight, out of mind.
    દેખવું નહિ અને દાઝવું નહિ
    (dekhvun nahin ane dajhvun nahin)

11. Even walls have ears.
    વાએવાત વહી જાય
    (vaivat vahi jai)

12. Out of the frying pan into the fire.
    ચૂલામાંથી નીકળી ઓલામાં પડવું
    (choolamanthi neekli olaman parvun)

13. In Rome do as the Romans do.
    દેશ તેવો વેશ
    (desh tevo vesh)

14. While there is life, there is hope.
જ્યાં સુધી શ્વાસ ત્યાં સુધી આશ
(jayan sudhi shavas tayan sudhi aash)

15. The voice of people is the voice of God.
પંચ કહે તે પરમેશ્વર
(panch kahe te Parmeshwar)

16. Union is strength.
એકતામાં શક્તિ
(ektaman shakti)

17. He is caught in his own trap.
તેનાં ટાંટિયા તેના ગળામાં
(tena tantiya tena galaman)

18. Everyone blows his own trumpet.
પોતપોતાનાં ગીત સૌ ગાય
(potpotana geet sau gaye)

19. Where there is a will there is a way.
મન હોય તો માળવે જવાય
(man hoe to malve jawai)

20. Something is better than nothing.
નહિ મામા કરતાં કે'ણો મામો સારો
(nahin mama kartan ke-no mamo saro)

21. It requires two to make a quarrel.
બે હાથ વગર કાંઈ તાળી પડે ?
(be hath vagar kaniy tali pare ?)

22. New lords, new laws.
નવા રાજા નવી પ્રજા
(nava raja navi praja)

23. What cannot be cured must be endured.
ગરજે ગધેડાને બાપ કહેવા પડે
(garje gadherane bap kaheva pare)

24. It is no use throwing pearls before a swine.
આંધળાને આરસી ને બહેરાને શંખ
(andhlane arsi ne baherne shankh)

25. All that glitters is not gold.
ઊજળું એટલું દૂધ નહિ
(ujaloon etlun doodh nahin)

26. Health consists with temperance alone.
મિતાહારની જોડેજ આરોગ્યતા રહે છે

27. Greatness does not consist in riches.
પૈસામાં મોટાઈ રહેતી નથી

28. I absolve you from all you owe me.
હું તમને મારા બધા લેણાથી છુટા કરૂં છું

29. Public viles accumulate.
લોકોનાં દુ:ખ ઘણાં બધી જાય છે

30. Much ado about nothing.
મારવો ઉંદર ને ખોદવો ડુંગર

Vocabulary

II

(શબ્દકોશ)

Commonly-used words

A

Abode રહેઠાણ
abolish નાશ
abortion ગર્ભપાત
above-all વિશેષ કરીને
abrupt ઉભું
absent ગેરહાજર, અવિદ્યમાન
absorb ચુસી લેવું
abuse ગેરઉપયેાગ કરવેા
accelerate ગતિ વધારવી
accept સ્વીકારવું
accident અકસ્માત્
accord મનમેળાય
according to મુજબ
accurate ખરાખર
achievement પરાક્રમ
acknowledge સ્વીકારવું
across આરપાર
acute તીક્ષ્ણ
advice ઉપદેશ
affect અસર કરવી
afford નિયજવું
afraid બીનેલું
after પછી
afternoon પાછલેા પહેાર
age વય
agent કારભારી
aggression પહેલેા હમલેા
agony વેદના
airy હવાદાર
alive સજીવ
all સર્વ, all at once સામટું, એકદમ, all but લગભગ, all alone એકલું, all through તમામ-સઘળે ઠેકાણે

alliance સંધી, વિવાહ સંબંધ
alone એકલું
aloof વેગળું
already પહેલાથી
also પણ
alternate એક પછી એક
although જોકે
always હમેશાં
amazement અંચબો
amity મિત્રાઈ
ancient પુરાતન
anger કોપ
angry ક્રોધાયમાન
animal જાનવર
anonymous નનામું
answerable જવાબદાર
anticipate આગળથી ધારવુ
anus મળદ્વાર
apathy બેપરવાઇ
apologize માફી માગવી
applaud શાબાશી
approve મંજૂર કરવું
arecanut સોપારી
arrest પકડવું
ask પૂછવું
attack હુમલો
audible સ્પષ્ટ

B

Baby બચ્ચું
bachelor કુંવારો
bad ખરાબ
bald તાલ પડેલું
ball ગોળો
banana કેળું
bandage પાટો
banishment દેશનિકાલ કરવો
banquet મીજબાની
barber હજામ
bare-headed ઉઘાડે માથે
barren વાંઝણી
baseless નિરાધાર
basket ટોપલી
bath સ્નાનકુંડ
beast પશુ
beauty શોભા
because કેમકે
bed બીછાનું
bedding પથારી
beg ભીખ માગવી
begin આરંભ કરવો
behave વર્તવું
behind પછવાડે
belief ભરોસો

believe વિશ્વાસ રાખવો
bell-matal કાંસું
beneath તળેથી
best સર્વોત્કૃષ્ટ
to make the best of નફો મળે તેવો ઉપયોગ કરવો

C

Cage પાંજરૂં
calamity મહાસંકટ
calm શાંત
candid ખાલસ
cannibal મનુષ્ય હારી
canon કાયદો
canvass મત મેળવવા
capital રાજધાનિ
capsize ઉંધુ વાળવું
capture પકડવું
careful સાવધ
careless બેદરકાર
carpenter સુતાર
cash નાણું
castrate ખસી-કરવું
cause કારણ
caution સાવધ પણ
ceaseless નિરંતર
cerebral મગજ સંબંધી
chance કિસ્મત
change ફેરવવું
charm મંત્ર, જાદુ
charming મનોરંજક
cheap સસ્તું
child છોકરૂં
childhood બચપણ
childish છોકરવાદી
childless વાંઝીયું
childlike બચ્ચાં જેવું
choose પસંદ કરવું
circumstantial સવિસ્તર
city શહેર
claw પંજો
clear સાફ
climb પકડીને

D

Dacoit ધાડચોરી કરનાર
daily રોજ
damage નુકશાન
dance નાચ
danger જોખમ
dark અંધારૂં
data મુદ્દાની વાત

dawn પહો ફાટવો
day-break પરોઢીયું, પ્રભાત
dead મુએલું, નિર્જીવ
deaf બહેરૂં
debate સંવાદ
debt કરજ
decapitate ગરદન મારવું
decease દેહત્યાગ
decide ફેસલો કરવો
decompose મૂળતત્વ છુટા પાડવા
decoration શણગાર
deep નીચું
defame અપજશ આપવો
defeat પરાજય
deficient અધૂરૂં
deform કદરૂપું
defraud કપટ કરવું
delay વિલંબ કરવો
delicate સોહામણુ
deliver સોંપવું
delusion ભુલાવો
demand માગવું
demerit દોષ
denial ઈનકાર
depress દાબવું
derision મશ્કરી, હાંસી કરવી
descent ઢોળાવ
desert છોડી દેવું, ઉજ્જડ

E

Each હરેક
early વખતસરનું
earn મેળવવું
earthquake ધરતીકંપ
easily સુખેથી
eclipse ગ્રહણ
edible ખાવા યોગ્ય
educate શિખવવું
efficient કાર્યસાધક
effigy પુતળું
effort પ્રયત્ન
eldest સર્વથી મ્હોટું
element મૂળતત્વ
eleven અગિયાર
eligible પસંદ કરવા લાયક
else બીજું
embezzle ઉચાપત કરવું
embrace ભેટવું, આલિંગન કરવું
eminent ઉચું
empty ખાલી
emulate ચઢાચઢી, બરાબરી કરવી
encircle ઘેરવું
encounter લડવું

endless અનંત
enfeeble કમજોર
engrave કોતરવું
enigma ઉખાણું
enjoy મોજશોખ મારવી
enmity શત્રુભાવ
enrobe પોષાક પહેરવો
entrap ફસાવવું
enumerate ગણવું
epoch શક
equality સરખાપણું

F

Face મ્હોડું
facilitate સહેલું કરવું
fade ફીકું
fail (in) ધટી જવું
faith ભરોસો
fall પડવું
false ખોટું
family ઘરના માણસો
famous નામાંકિત
far દૂરનું
fare ભાડું
farewell જશો
fast સજજડ, ઉપવાસ
fate નસીબ
favourite માનીતું
feast ઉજાણી
feeble નબળું
feet પગો
feminine બાયલું
fetch જઇને લાવવું
fever જ્વર
field ખેતર, મેદાન
figure આકાર
filial પિતૃભાવ
final છેવટનું
finger આંગળી—little finger ટચલી આંગળી, middle finger મધ્યલી આંગળી, fore finger તર્જની
fire અગ્નિ
first પહેલું, first born પહેલું જન્મેલું ; first-rate ઉતમ; first floor પહેલો માળ
flee નાસી જવું
flower ફૂલ, flower-bud ફૂલની કલી

G

Gain નફો મેળવો

gainsay ના પાડવી
gale પવનની લેહેર
gallop કુદવું
gamble જુગાર
gang ટોળું
garb પોશાક
garland ફૂલનો હાર
garlic લસણ
garment પોશાક
gate દરવાજો
gaze ટકટક જોઈ રહેવું
gem જવાહીર
genecosity ઉદારપણું
germ ફણગો
gist સાર
give આપવું ; to give ear કાન ધરવો ; to give out જાહેર બોલવું ; to give up મુકી દેવું ; to give into હા પાડવી
glass કાચનો
glorify પ્રતિષ્ઠા
gnaw થોડે થોડે કોતરી
go જવું ; to go between ભાંજગડ કરવી; to go hard with મુશીબત પડવી; to go on ચાલવું ; to go over લક્ષ દઈને વાંચવું; to go for nothing નકામું જવું
good સારૂં ; good morning સવારની સલામ
governor હાકેમ
grand મોટું
grasp પકડવું

H

Habit તબિયત
haggard દુબળું
hair નીમાળો
half અર્ધભાગ ; better-half અર્ધાંગના ; half-brother ઓરમાન ભાઈ ; half-dead અડધું મરેલું ; half-witted કમ અક્કલ
hallow પવિત્ર કરવું
halt ઉભા રહેવું
hamlet નાનું ગામડું
handwork હાથનું કામ
handsome દેખાવડું
hang ટાંગવું
happiness સુખ
hard કઠણ ; hard fought કડાકડીનું

hard-hearted દયાહીન
harem જનાનખાનું
harness કવચ ; to die in harness નોકરી કરતાં મરવું
haste જલદી
hasty ઉતાવળું
haughty અભિમાની
head-ache માથાનું દર્દ
healthy નિરોગી
hearsay ઉડતી સાંભળેલી મોઢેની વાત
heart અંતઃકરણ; heart-ache દિલગીરી ; heart-break હૃદય ફાટવા જેટલું દુઃખ
heir વારસ
helpful ઉપયોગી
hemorrhage રક્તસ્રાવ
hen મરઘી, કુકડી ; hen-pecked સ્ત્રીવશ
herbarium વનસ્પતિ સંગ્રહ

I

Icicle હીમકણ
ideal મનનું
idle આળસુ
idol મૂર્તિ
ignite સળગાવવું
ignominy અપજસ
ill નઠારું ; ill-advised નઠારી સલાહ મળેલું; ill-behaved કુચાલનું ; ill-disposed ખારીલું
illegal ગેરવ્યાજબી
illegible વંચાઇ નહી શકાય એવું
illicit અઘટિત
ill-timed કવખતનું
ill-will દ્વેષ
imitate નકલ કરવી
immediate પાસેનું
immemorial પુરાતન
immoral અનીતિનું
immunity છૂટ
impair ખરાબ કરવું
impatient અધીરૂ
imperfect અપૂર્ણ
impertinent અસભ્ય
impolite અવિવેકી
impossible અશક્ય
impostor ઠગ
impotent નપુંસક
improper અયોગ્ય
improve સુધારવું
impure મેલું

iuaccurate ભૂલચુક વાળું
inadvertence ગફલત
inanimate નિર્જીવ
inaugurate અભિષેક કરવેા

J

Jackal શિયાળ
jail કેદખાનું
jealous અદેખું
join જોડવું
jump કૂદવું
just અદલ

K

Keen આતુર
keep રાખવું ; to keep back છાનું રાખવું ; to keep off દૂર રાખવું
kerosene ઘાસતેલ
kindness દયાળુ પણ
kiss ચુંબન
kite સમડી
know જાણવું

L

Lame લુલું
lamp દીવેા
lass છેાકરી
laud પ્રશંસા
laugh હસવું
lay મુકવું; lay aside કારે મુકવું; lay by સંઘરી રાખવું ; lay waste પાયમાલ કરવું
lazy આળસુ
leap કુદકેા
leave રજા
leech જળેા
legitimate ખરૂં
leopard ચીતરેા
let દેવું ; to let alone છેાડી દેવું ; to let off બાર કરવેા; to let out ભાડે આપવું
lewd વ્યભિચારી
liberty છુટાપણુ ; સ્વતંત્રતા
lieu (of) બદલેા
like એક સરખું
lisp તેાતડું બેાલવું
load બેાજો
lone એકલું
look જોવું ; to look into ચેાકસી વિચાર કરવેા ; to look after ખબર રાખવી
loss નુકશાન

lucid ચળકતું
luck નસીબ ; luckless કમનસીબ
lull સુવાડવું

M

Machine યંત્ર
mad ઘેલું
magic જાદુ
magnanimity મ્હોટું
magnet લોહુ ચુંબક
magnify મોટું કરવું
maid-servent ચાકરડી
maize મકાઈ
make ઉત્પન્ન ; to make money કમાવું ; to make amends ભરી આપવું ; to make much of લાડ કરવાં; to make up એકઠું કરવું ; make-believe ઢોંગ ભરેલું
malady વ્યાધી
malice અદાવત
malignant ખારીલું
maltreat મારવું
man માણુસ ; man-of-war લડાઇનું વહાણુ ; manhood માણુસપણું
manuscript હાથનું લખેલું પુસ્તક
Mars રણુદેવતા
marvel નવાઈ
mask કૃત્રિમમુખ
massacre કતલ
master ધણી ; masterpiece કારીગરીનું કામ ; masterstroke ધણી ચતુરાઇનું કામ
maternal માનું
matricide માતૃહત્યા
matrimonial લગ્નનું
meagre નબળું
mean નીચું ; by all means ગમે તે થાય તો પણ ; by no means બિલકુલ નહિ ; by means of મારફતે
mediation મધ્યસ્થી
meditation ચિન્તવન
meet મળવું, યેાગ્ય ; to meet with one's approval પસંદ કરવું
momento યાદગીરી
mendicant ભિખારી
mercenary ભાડુતી
merchant વેપારી
merciless ક્રૂર
merriment મોજમજા

metamorphosis રૂપાંતર
methinks મને લાગે છે
microscope સૂક્ષ્મદર્શક યંત્ર
mid-day બપોર ; midnight મધરાત ; midway અધવચ
minor ન્હાનું
miracle કૌતક
mirror ચાટલું
misappropriate ખોટો ઉપયોગ કરવો
mischief ઉપદ્રવ
misdeed દુરાચરણ
miser બખિલ માણસ
mislead ગેરરસ્તે લઈ જવું
misspell ખોટી જોડણી
mistake ભૂલચૂક કરવી
mitigate ઓછું કમી કરવું

N

Nail પંજો
naked ઉઘાડું, નાગું
nameless નામ વિનાનું
namesake નામરાશી, સ્વનામી
narcotic નિદ્રાજનક
narrate કહેવું
nasal નાકનું
native વતની
necromancy ભૂત વિદ્યા
needless વગર જરૂરનું
neighbour પાડોશી
neither બેમાંનું એક નહી
nepotism ભાણેજ
neutrality નિષ્પક્ષપાત
niggard કંજુસ
nigh પાસે
nobility કુલીનતા
nobody કોઈ નહી
nominee નીમેલો
nonplus ગભરાટ
noon બપોર
notificatiou જાહેરનામું
novice ધંધામાં શીખાઉ
nude ઉઘાડું
numerous પુષ્કળ
numismatics સિક્કા વિષેની વિદ્યા
nympn અપ્સરા

O

Oath સોગન
obduracy કઠોરપણુ
obey માનવું

objection હરકત
obligation ફરજ
obliging ઉપકારશીલ
oblivion વિસ્મૃતિ
obscene નિર્લજ
obscurity અંધારું
observe જોવું
obstacle અડચણ
obstinate હઠીલું
obverse ઉપસેલું
occupant કબજો કરનાર
oddity વિલક્ષણતા
often વારંવાર
once એકવાર
opacity અપાર દર્શકપણ
opium અફીણ
oppression જુલમ
oral મોઢાનું
ordinary રોજનું
ornament અલંકાર
other બીજું
outrage જુલમ
outright લાગલુંજ
outward બહારનું
over ઉપર; over and above એ ઉપરાંત; over and over ફરી ફરીને; overawe દબાવવું
overcome જીતવું
overleap ઓળંગવું
oversight નજરચૂક
owner કબૂલ કરનાર

P

Pace પગલું
paddy ડાંગર
page ખીદમતગાર
pail તામડી
palatable સ્વાદિષ્ટ
pallid ફીકું
panegyric વખાણ
panic ધાસકો
parable દ્રષ્ટાંતરૂપ કથા
parasite ટુકડાખોર
parboil કાચું પાકું બાફવું
parchment ચર્મપત્ર
pardon માફી આપવી
parental માબાપનું
parsimonious કંજુસ
partial પક્ષપાત
partition પડદો
partner ભાગીદાર
passage રસ્તો

pasture ચરાવવું
patience ધીરજ
patrimony વારસો
pattern નમૂનો
pay પગાર
peace સુલેહ
peasant ખેડૂત
pedestrian પગે ચાલનાર
pelf દોલત
penalty દંડ
pension બેઠો પગાર
peon સિપાઈ
perhaps કદાચિત
perilous જોખમ ભરેલું
permanent જુથુનું
perpetual નિરંતર
perspiration પરસેવો
petite નાનું
petty નજીવું
philology ભાષા વિવેક
photograph યાંત્રિક ચિત્ર
pictorial ચિતરેલું
piety ભક્તિ
pilgrim જાત્રાળુ
pimp ભડવો
piss પીશાબ કરવો
play રમત
please ખુશ કરવું
plough ખેડવું
pocket ગજવું
pond તળાવ
ponder વિચારવું
porcelain ચીનાઈ કામ
possess રાખવું
postpone મુલતવી રાખવું
practical વ્યવહારોપયોગી
practise મ્હાવરો રાખવો
precarious સંદેહ ભરેલું
precede અગાઉ જવું
predict ભવિષ્ય કહેવું
pregnancy હમેલ
premature કવખતું
presence હાજરી
press દાખવું
presume અનુમાન કરવું
presuppose અગાઉથી કલ્પના કરવી
priority પહેલાંપણ
proclaim ઢંઢેરો
procreate ઉત્પન્ન કરવું
prodigal ઉડાઉ
profit ફાયદો કરવો
prohibit મના કરવી
prolong લાંબુ કરવું

proof પ્રમાણ
propitiate પ્રસન્ન કરવું
prosperous આબાદ
protect રાખવું
provoke ચીડવવું
pull ખેંચવું
pumpkin કોળુ
punish મારવું
purblind મંદદ્રષ્ટિવાળું
purge જુલાબ લેવો
pursue પાછળ
put મુકવું; put aside એક કોરે મુકવું ; put off વાયદા કરવા put on પહેરવું ; put up with સોસવું ; put out વધારવું
python નાગ

Q

Quadruped ચાર પગવાળું
quake કાંપવું
quarrel કજીયો
quench હોલવવું
quilt રજાઈ
quit છોડવું

R

Race દોડવું, વંશ
rain વૃષ્ટિ
ransack લુટવું
ransom છુટકો
rape બળાત્કાર સંભોગ
rare દુર્લભ
reach પહોચવું
re-animate ફરીથી જીવંત કરવું
re-appear ફરીથી દેખાવું
recall પાછું બોલાવવું
recluse એકાંતવાસી
recovery પુન: પ્રાપ્તિ
redress ઈલાજ કરવો
reform સુધીરો
refute ખંડન કરવું
reign રાજ કરવું
reject રદ કરવું
re-marry પુર્નલગ્ન
remorse પસ્તાવો
renew નવું કરવું
repay પાછું આપવું
request વિનંતિ
resign છોડવું
restless બેચેન
retaliate વેર વાળવું

return પાછું જવું
review જોઈ જવું
riot હુલ્લડ
rude જંગલી
ruin નાશ

S

Safeguard બચાવ કરનાર
salt મીઠું
same એજ
satchel જોસ્તાન
say બોલવું
scimitar કટાર
search શોધવું
secret છાનું
seek તલાસ
separate જાદું પાડવું
settle નક્કી કરવું
shed નાખવું
shirt ખમીસ
shout બુમ પાડવી
shred ચિથરૂં
siege ઘેરો
silence ચુપકી
similar સરખું
single એકલું
skill યુક્તિ
slack ઢીલું
sleep ઉંઘ
slow ધીમું
smite મારવું
sneer તિરસ્કાર કરવું
solemn ધર્મનું
sorcerer જાદુગર
sorrow શોક
spark ચિણગારી
specimen નમૂનો
spin કાંતવું
split ચીરો
sprain લચક
spurious ખોટું
squeeze નીચોવવું
starve ભૂખે મરવું
steal ચોરવું
stigma લાંચ્છન
sting ડંખ
stitch ટાંકો
straight સીધુ
strong જબરૂં
stumble ગોથું ખાવું
substantial વાસ્તવિક
succeed પછી આવવું
sudden એકાએકનું

summary ટુંકું
support ટેકો ; ટેકવો રાખવું
surprise અચંબો
sweat પરસેવો
sweet ગલ્યું

T

Tactics કવાયત
tail પુછડું
talkative વાતુડિયું
tardy ધીમું
tear ફાડવું
tenuous પાતળું
thick જાડું
thirst તરસ
though અગરજો
thread દોરો
tiny નાનકડું
tomb દાટવું
torture અતિવેદના
tradition દંતકથા
transit જવું આવવું તે
translation તરજુમો
treachery દગો
tribe ટોળી
tributary ખંડિયું
triumpth વિજય સમારંભ
trustful વિશ્વાસ લાયક
tumult ગડબડ
turn સંધાડે ઉતારવું ; turn down ખેવડવાળી દેવું ; turn out હાંકી કાઢવું ; turning point મુદ્દાની વાત
twist વળ દેવો

U

Uddar થાન
ultimate છેલ્લું
unaffected સાદું
unashamed નિર્લજ્જ
unavoidable અનિવાર્ય
unborn જન્મેલું
uncivil અસભ્ય
unconcern બેપરવાઈ
undergo ભોગવવું
understand સમજવું
undeserving નાલાયક
uneasiness બેચેની
uneven ઉચું નીચું
unfasten છોડવું
unfounded આધાર વગરનું
unhappy અસુખી

unique એકજ
unlikely અસંભવિત
unsatisfactory બીન ખાતરીનું
unstable ચંચળ
untie છોડવું
unusual અસાધારણ
unwary અસાવધ
uplift ઉંચકવું
utility ઉપયોગ

V

Vacate ખાલી કરવું
vagabond ભટકનાર
valour પરાક્રમ
vanish જતા રહેવું
vengeance વેર
veracity સચ્ચાઇ
vestige ચિન્હ
vicinity પડોસુ
village ગામડું
violent પ્રચંડ
visible દેખાય એવું
vocation ધંધો
void ખાલી
vow બાધા

W

Wager સરત
wages પગાર
wallet કોથળી
warily હોશીઆરીથી
wash ધોવું
weigh તોળવું
whisper ગુપચુપ કાનમાં કહેવું
winter શિયાળો
withstand સામાથવું
wrap લપેટવું
wrist કાંડુ

Y

Yarn બગાસું
yeast ખમીર
youth જુવાની

Z

Zealous આતુર

THE END

Readwell's Widely Read Books

LANGUAGE SERIES

RW-1   Learn English through Hindi

RW-2   Learn Hindi through English

RW-3   Learn Marathi through English

RW-4   Learn Gujarati through English

RW-5   Learn Tamil through English

RW-6   Learn Bengali through English

RW-7   Learn Assamese through English

RW-8   Learn Oriya through English

RW-9   Learn Telugu through English

RW-10   Learn Malayalam through English

RW-11   Learn Urdu through English

RW-12   Learn Kannada through English

RW-13   Learn Punjabi through English

RW-14   Learn French through English/Hindi

RW-15   Learn Arabic through English/Hindi

RW-16   Learn German through English/Hindi

RW-17   Learn Spanish through English

RW-18   Learn Nepali through English

RW-19   Learn Russian through English

RW-20   Learn Italian through English

RW-21   Learn Japanese through English

RW-22   Arabic for Beginners

DICTIONARIES

RW-23   Hindi-English

RW-24   English-Tamil

RW-25   English-Malayalam

RW-26   English-Telugu

RW-27   Marathi-English (Two-colour)

RW-28   English-Hindi (Pocket) (Two-colour)

RW-29   English-Bengali (Pocket) (Two-colour)

RW-30   English-Gujarati (Pocket) (Two-colour)

RW-31   English-English

FORMULAS

• Maths • Physics • Chemistry • Science • Biology

READWELL PUBLICATIONS

B-8, Rattan Jyoti, 18, Rajendra Place
New Delhi-110 008 (INDIA)
Phone : 5737448, 5712649, 5721761; Fax : 91-11-5812385
E-mail : readwell@sify.com
newlight@vsnl.net